स्वप्नसिद्धी

अस्तित्वात उतरलेल्या स्वप्नाची गाथा

आकांक्षा बापू बाबर

"नाना मम्मी व माझ्या प्रिय मैत्रिणीस"

अनुक्रमणिका

अनुक्रमणिका

1

"जरा कामात मदत कर म्हंटल पण नाही आम्हाला घरकाम करायचंच नाही .सिद्धी ,सिद्धी अग ऐकतेस ना ग? तेवढी रूम साफ कर झाडू मार सगळीकडे ." हा आवाज सिद्धीच्या आईचा . बेसिनमधील भांडी धुवत सिद्धीची आई सिद्धीला काम करायला सांगत होती.

"करते ग आई सगळं पण तू आधी मला अभ्यास करू दे .एकतर माझी परीक्षा जवळ येत आहे आणि माझा अभ्यास खूप राहिला आहे .बेडरूम मधील टेबल खुर्चीत दोन वेण्या घालून बसलेली सिद्धी आईला चिडून उत्तर देऊ लागली."

"राहूदे ग बाई तू काही काम करू नकोस . तुझे बाबा घरी आल्यानंतर मलाच ओरडतील आणि म्हणतील माझ्या मुलीला काही काम सांगायचं नाही ."

हे ऐकताच सिद्धीला खुदकन हसू आलं पण आई पुन्हा ओरडेल म्हणून ती लगेच शांत झाली .

सिद्धी जाधव सातवीत शिकणारी एक गोंडस ,सुंदर मुलगी .खूप शिकून मोठं काहीतरी बनायचं हे तीच स्वप्न होत. सिद्धी तिच्या आई वडिल आणि तिचे लहान भाऊ बहीण यांच्यासमवेत मुंबई मध्ये एका वन बीचके फ्लॅट मध्ये आनंदाने राहत होते . सिद्धीचे वडील एका मोठ्या रासायनिक कंपनी मध्ये काम करत होते . सिद्धी खूप शांत आणि हुशार होती . शाळेतील सर्व कार्यक्रमांमध्ये तिचा हमखास सहभाग असायचा .सिद्धी तिच्या सुंदर आणि घरुळ्या डोळ्यांमुळे सर्वांना माहीत होती.

एका रविवारी सिद्धी दुपार वेळेस अभ्यास करत असताना तिला खुप गोंगाट ऐकू आला.

" आई बघ ना ग बाहेर कोण आवाज करतंय ? आपली बिल्डिंग तर शांत असते ना ."

आई बाहेर जाते बघते तर काय त्यांच्या रूमच्या शेजारी खुप दिवसांपासून खाली असलेल्या रूम मध्ये काही वीस पंचवीस वर्षांची मुले रहायला आली होती.

"तुम्ही राहणार आहात का इथे ? "

सिद्धी ची आई त्या मुलांकडे एक कटाक्ष टाकून विचारत होती. त्या मुलांपैकी एका गोऱ्या वर्णाच्या मुलाने उत्तर दिले .

"हो काकू हे काय इथे राहणार आहोत आम्ही सगळे . "

बरं बरं तुम्हाला काही हवं असेल तर सांगा आणि हो जरा हळू आवाज करा . सगळे झोपलेले असतात या वेळी बिल्डिंग मध्ये उगाच त्यांची झोपमोड होईल . "

" हो काकू आम्ही त्याची काळजी घेतो."

आई घरात येते आणि सिद्धीला सांगू लागते .

"अग आपल्या शेजारच्या रूम मध्ये काही मुलं राहायला अली आहेत . तशी बरी दिसत आहेत ती असो पण कसल्या वाईट सवयी तेवढया नको."

एवढं बोलून आई तिच्या कामाला लागली . कोण मुलं राहायला अली आहेत आपण पण बघूया असा विचार करून सिद्धी दरवाज्याबाहेर आली. पण तेव्हा बाहेर कोणीच नव्हतं. सगळी मुलं त्यांचं सामान घेऊन त्यांच्या रूम मध्ये गेली होती. मग सिद्धी तशीच परत आली आणि अभ्यास करू लागली .दुसऱ्या दिवशी सिद्धी शाळेत गेली . तशी तिची शाळा घरापासून जवळच होती .सिद्धीचं इंग्रजी खूप भारी होत . ती खूप छान इंग्रजी बोलायची पण तिला हिंदी तितकी फार चांगली जमत नव्हती . आणि शाळेतील बरेच जण इंग्रजी मध्ये न बोलता हिंदी मधून संवाद साधायचे त्यामुळे सिद्धीचा खूप प्रॉब्लेम व्हायचा . सिद्धीला हिंदी जडच जायची म्हणून मग ती तिच्या मित्र मैत्रिणी सोबत इंग्रजी मध्ये बोलायची . असच ती तिच्या मैत्रिणी सोबत बोलत असताना ,

" सिद्धी ,सिद्धी "

अशी हाक तिच्या कानी आली . सिद्धी वळून पाहते तर तो अर्जुन होता . सिद्धीचा पाचवीपासून चा वर्ग मित्र . आणि तो सिद्धीच्या बिल्डिंग मध्येच राहत होता . सिद्धीच्या रूम पासून दोन रूम सोडल्या की तिसऱ्या रूम मध्ये अर्जुन राहायचा . सिद्धीचं कुटुंब तिथे राहायला येण्याआधीच ते तीन चार वर्षांपूर्वी तिथे राहायला आले होते . अर्जुन अभ्यासात काही हुशार नव्हता .पहिल्या दहा मधील मुलांमध्ये तो नक्कीच आला असता पण त्याने तसा प्रयत्न कधी केला नाही . पाचवी पासून ओळख असलेला अर्जुन आत्ता तिचा अगदी जीवलग मित्र झाला होता . सिद्धीला सारख बघता यावं म्हणून त्याने त्याचा शेवटचा बेंच सोडला होता आणि तो आत्ता सिद्धी च्या शेजारील दोन नंबर च्या बेंच वर बसला होता . तिथे जागा मिळवण्यासाठी तो तिथे रोज बसणाऱ्या मुलाशी भांड भांड भांडला होता.तेव्हा कुठे त्याला सिद्धी शेजारील ती जागा मिळाली होती .

" थांब ना ग सिद्धी किती आवाज दयावा तुला ?"

"काय झालं ? अरे ते मी आदीतीशी जरा बोलत होते. तू बोल ."

"अग मी काल तुझ्या घरी आलो होतो . ते मला तुझी गणिताच्या अभ्यासाची वही हवी होती . मी केलाच नाही ना गृहपाठ ,पण मी तुझ्या घरी आलो तेव्हा तू झोपली होतीस . काका म्हणाले होते तिला उठवू का ? पण मग मीच नको म्हंटल . "

"बरं ही घे आत्ता ".अस बोलून सिद्धीने बॅग मधून अर्जुन ला वही काढून दिली ." घे आणि लेक्चर च्या आधी मला दे काय. "

"हो ग बाई देतो . "

" आणि हो काल मला झोपेतून न उठवल्याबद्दल तुमचे खूप खूप आभार."

अस बोलून सिद्धी आणि आदिती खूप हसू लागतात . वर्गामध्ये सिद्धी आणि अदिती एकत्र बसायच्या सिद्धी आणि आदितीच एकमेकींशी खूप पटायच .दोघी एकमेकींना खूप मदत करायच्या आणि मनातलं देखील सगळं काही एकमेकींना सांगायच्या .

सिद्धी कधीही रूमच्या बाहेर जास्त निघत नसे .तिच्या बिल्डिंग मधील लोकांना ही ती जास्त दिसायची नाही . खूप दिवसांनी ती दिसली की लोक तिला विचरत असत .

"कुठे बाहेर गावी गेली होतीस काय ? बरेच दिवस दिसली नाहीस ते . "

"मी जास्त घराबाहेर पडत नाही ना म्हणून तुम्हाला मी दिसली नसेन ". अस बोलुन ती तिकडून निघून जायची . सिद्धीच्या बाबांना सारख गावी जावं लागायचं काही न काही कामानिमित्त . त्यांची गावी शेत जमीन होती . जी गावच्याच व्यक्तीला ती शेतजमीन शेती करण्यासाठी दिली होती . आणि त्या शेतीतून होणारे उत्पन्न ते दोघे अर्धे अर्धे वाटून घ्यायचे .याला बटय ने शेती करणे असही म्हंटल जात . खरतरं मुंबई मधील बऱ्यापैकी नोकरदार वर्ग असंच करायचा .बाबांसोबत आईलाही गावी जावं लागायच . त्यामुळे ती लवकरच सगळा स्वयंपाक करायला शिकली . म्हणजे जेव्हा केव्हा आई बाबांना गावी जावं लागायचं तेव्हा सिद्धी जेवण बनवून तिच्या लहान भावंडांची ती काळजी घायची असचं वर्ष सरलं . सातवीमध्ये शिकणारी सिद्धी आता आठवीमध्ये गेली होती . एक वर्ष उलटून गेलं तरी सिद्धने त्यांच्या रूमशेजारील मुलांना पाहिलं नव्हतं . सकाळी सिद्धी लवकर शाळेला जायची आणि नंतर ट्युशन ला जात असे त्यामुळे तिला घरी यायला संध्याकाळ व्हायची. आणि ती रूम मधील मुलं उशीरा जायची आणि लवकर यायची . त्यामुळे सिद्धीला ना ती मुलं दिसली ना त्या मुलांना सिद्धी .एके दिवशी मधील ते पाच सहा जण खाली पार्किंग मध्ये बसली होती . ते सगळे जण काही ना काही काम करत होते आणि त्याचीच चर्चा ते रात्री बसून करत असत . तेवढ्यात सायकलच्या घंटीचा ट्रिंग ट्रिंग असा आवाज कानी आला . तोच सगळ्या मुलांनी मागे वळून पाहिलं तर त्यांना लांबसडक केसांच्या दोन वेण्या घातलेली ,बारीक अंगाची ,घाऱ्या डोळ्यांची सिद्धी त्यांना दिसली . त्या मुलांमधील एका मुलाला सिद्धी पाहताच क्षणी खूप आवडली . अगदी तिच्या प्रेमातच पडला . त्याच नाव निलेश . तो त्याच्या मोठ्या दादा सोबत मुंबई ला आला होता . त्याचा दादा जयश आधीपासूनच मुंबई ला कामासाठी

आला होता . तुला पण कोठेतरी कामाला लावतो अस बोलून त्याने निलेश ला मुंबई ला आणलं होतं. त्या दिवशी सिद्धी सोबत अर्जुन पण सायकल वर आला दोघांनीही पार्किंग मध्ये सायकल लावल्या आणि दोघे वरती जायला निघणार तोच निलेश ने अर्जुन ला आवाज देवून थांबवून ठेवलं .

" तू जा वरती मी येतो नंतर यांच्याशी बोलून" अस सिद्धीला सांगून तो त्या मुलांकडे गेला . सिद्धीही वर निघून गेली .

अर्जुन आणि निलेश दोघांनाही क्रिकेटचं जाम वेड होत . जेव्हा काही काम नसायचं तेव्हा ते जवळच असलेल्या खेळाच्या मैदानात ते क्रिकेट खेळायला जात असत . क्रिकेट मुळेच त्या दोघांची ओळख आणि खूप चांगली मैत्री झाली .

"कोण आहे ही ? तुझी मैत्रीण आहे का ?"

निलेश अर्जुन ला सिद्धिविषयी विचारत होता .

"हो माझी मैत्रीण आहे, पाचवीपासून ची . पण मला एक सांगा तुम्हाला खरच माहीत नाही ती कोण आहे ? "

" अरे अस काय विचारतोयस? माहीत नाही म्हणून तर तुला विचारतोय ना . भावा सांग ना कोण आहे ती ?"

निलेश च्या या प्रश्नावर तर अर्जुन ला खूपच हसू फुटलं .त्याच्या अश्या हसण्यामुळे सगळे जण बुचकळ्यात पडले .

अर्जुन ने हसू थोडं कंट्रोल केलं आणि पुढे बोलू लागला .

"ती तुमची शेजारीण आहे . तुमच्या शेजारच्या रूम मध्ये राहते. जाधव काकांची मोठी मुलगी आहे . तुम्ही कोणीच हिला या आधी कधीच पाहिलं नाही ?कसं शक्य आहे हे ?"

अर्जुन च्या या उत्तरानंतर सगळ्यांचे चेहरे बघण्यासारखे झाले होते . अर्थातच त्यांना एक छोटासा सुखद धक्का बसला होता. त्यांना बिल्डिंग मध्ये राहायला येवून एक वर्ष झालं होतं .एका वर्षात त्यांना शेजारची सिद्धी एकदाही दिसली नाही . अर्जुन एवढंच त्या सगळ्यांसाठी ही आश्चर्याची बाब होती .

"आपल्या सगळ्यांचे डोळे वर्षभर कुठे फिरायला गेले होते का रे ? " त्यांच्यातील एकाने चेष्टेत विचारलं.

"जाधव काकांना आणखी एक मुलगी आहे हे माहीतच नव्हतं आपल्याला . ते साक्षी आणि वेद ते दोघेच आहेत असच वाटत होतं आम्हाला".

" अस वाटतंय मी उगाच एक वर्ष वाया जाऊ दिलं " अस म्हणत निलेश स्वतःशीच पुटपटू लागला .

"अरे पण तिचं नाव तरी सांग?"

निलेश गाडीच्या आरश्यात केस नीट करत अर्जुन ला विचारत होता .तो सविस्तर त्याला सिद्धी विषयी विचारू ही शकत नव्हता .कारण सगळ्यांना जर समजलं असत की सिद्धी त्याला आवडायला लागली आहे तर सगळे जण त्याला चिडवत बसले असते .ते एक चाललं असत पण जर बाकी सगळे सुद्धा सिद्धीला पसंत करू लागले तर मग कठीण होईल असा विचार करून त्याने तेव्हा अर्जुन ला तिच्या विषयी जास्त काही विचारलं नाही.

"सिद्धी ,सिद्धी जाधव नाव आहे तिचं .आठवीत आहे माझ्या बरोबर ."

सिद्धी हे नाव ऐकताच निलेश भलताच खुश झाला होता .

"चला जातो मी बाबा आणखी आले नसतील आई घरी एकटीच आहे " अस बोलून अर्जुन तिथून निघून गेला.

त्या रात्री निलेश ला काही झोप आली नाही . तो फक्त या कुशीवरून त्या कुशीवर लोळत होता. सतत सिद्धीचा सुंदर ,गोड चेहरा त्याच्या डोळ्यासमोर येतं होता . फोनमधील प्रेमगीत ऐकत उगाचच एकटाच हसत होता . तर मध्ये मध्ये लाजत ही होता. ते सगळे जण एकत्र खाली झोपायचे .आनंदाच्या भरात त्याने त्याच्या दादाला घट्ट मिठी मारली. त्यानंतर त्याच्या दादाने निलेश खूप झापलं पण त्याच्या ओरडण्याचा निलेश वर काहीही फरक पडला नाही . ओरडा खाऊनही तो उगाचच हसत होता . प्रेमाच्या दुनियेत रंगीत स्वप्न पाहत होता .

कशीबशी ती रात्र सरली. निलेश खूप खुश होता . त्याच्या या खुशीच काही ठराविक करण नव्हतं .तरी पण त्याच्या चेहऱ्यावर एक सुंदर हसू होत. सकाळी सकाळी लवकर उठून अंघोळ वगैरे करून तो पार्किंग मध्ये सिद्धीला बघण्यासाठी तिची वाट बघत बसला. थोड्यावेळाने सिद्धी

शाळेला जाण्यासाठी आवरून खाली आली आणि सायकल घेऊन सरळ निघून गेली . तिने निलेश कडे एकदाही पाहिलं नाही .या गोष्टीमुळे निलेश हिरमुसला.एवढ्यातच हार मानेल हो निलेश कसला .त्याने ठरवलं होतं काहीही करून सिद्धीशी बोलायचंच .शेवटी सिद्धी त्याच पाहिलं प्रेम होती .त्याच्या पहिल्या नजरेतलं . खरंतर त्याचे मुलींसोबत संबंध होते पण तो कोणाच्या प्रेमात नव्हता . सोबत कोणीतरी हवं म्हणून तो मुलींना हो म्हणायचा. त्याच्या या अश्या गोष्टी दादा पासून लपवून तो करायचा .

संध्याकाळ झाली . निलेश बाल्कनी मध्ये फेऱ्या मारत बसला होता. फेऱ्या तर बहाणा होता त्याला सिद्धीच्या भेटीची ओढ होती . तो खूप वेळ तिची वाट पाहत होता . वाढत्या वेळेनुसार त्याची अस्वस्थताही वाढत होती . शेवटी निराश होऊन तो रूम मध्ये जाणार तितक्यात त्याला समोरून अर्जुन येताना दिसला .अर्जुन ला पाहून निलेश खूप खुश झाला .कारण अर्जुन आला म्हणजे सिद्धी पण येणार हे त्याला माहित होतं म्हणुन तो सिद्धीला अर्जुन च्या पाठीमागे शोधू लागला . त्याच्या चेहऱ्यावरच हसू पुन्हां कोमेजल. अर्जुन घरात जाणार तोच निलेश ने त्याला थांबवलं .

"तू आज एकटाच आलास ?तुझी मैत्रीण कुठे राहिली ?"

"ती कुठे राहिली नाही माझ्या आधीच घरी पोहचली ." "म्हणजे ? कस काय तुम्ही दोघे तर नेहमी एकत्र येता ना घरी ."

"हो पण आज तिला बरं वाटत नव्हतं म्हणून दुपारी च घरी आली ती ."

"काय झालं रे तिला?"निलेश चिंतेच्या सुरात विचारू लागला .

" थोडा ताप आला होता तिला .म्हणून मग मॅडम नी घरी जायला सांगितलं "

" बरं जा तू "

निलेश ला सिद्धीची खूप काळजी वाटू लागली .सिद्धीला एकदा तरी पाहतां यावं अस त्याला वाटत होतं .पण तो हतबल होता .त्याला काहीही करता येत नव्हतं.एके दिवशी सिद्धी काही किराणा सामान घेण्यास त्यांच्या बिल्डिंग शेजारी असलेल्या एका किराणा मालाच्या

दुकानात सामान घेण्यासाठी गेली होती. तिने काकांना सामानाची यादी दिली आणि ते सामान घेऊन येण्याची ती वाट पाहू लागली. तोच तिथे निलेश आला सिद्धीला पाहून तो खूप खुश झाला .

" अरे ,इथे काय करतेस तू?"

निलेश सिद्दीशी बोलण्याचा प्रयत्न करत होता पण सिद्धी ने त्याला दुर्लक्ष केले.

" काय झालं बोल तर "

तरीपण सिद्धी काही त्याच्याशी बोलली नाही.

"काका लवकर द्या सामान" सिद्धी चिडून काकांना आवाज देत होती.

काका आले सामान घेऊन ते सामानाचे बिल करत होते आणि सिद्धी ते सगळं सामान पिशवीमध्ये बघत होती तेवढ्यात निलेश समोरच असलेल्या बरणीतून कॅडबरी काढून सिद्धी समोर तो कॅडबरी पकडतो.

" ही घे माझ्याकडून तुला"

" काका बिल मांडून ठेवा बाबा आले की ते पैसे देतील पैसे" एवढं बोलून ती तिथून निघून गेली.

कॅडबरी देखील तिने निलेश कडून घेतली नाही आज येतोय तर कॅडबरी घेत नाही पण काही हरकत नाही एक दिवस तूच माझ्याकडे हक्कानं मागशील ते ही हट्ट करून असं मनातल्या मनात बोलून तर त्याच किराणा त्याचं किराणा सामान घेऊन तिथून निघून गेला. रात्री सिद्धी च्या घरी जेवण सुरू असतं .

"अभ्यास कसा सुरु आहे ग "? जेवण करत असताना तिचे बाबा तिला विचारतात.

"चांगला चालू आहे ,मी तुम्हाला माझ्या मार्क्सच्या बाबतीत कधी नाराज केला आहे का बाबा?"

"ते तर आहेच ग पण तुझा फोकस कुठे होऊ देऊ नकोस काय"

"हो बाबा ,बरं मी पण येते आज तुमच्या सोबत आज जेवण झाले की चालायला "

"बरं जाऊ या झालं माझं"

सगळ्यांचे जेवण होतं आणि मग सिद्धी व तिथे वडील शतपावली करायला बाहेर जातात.

निलेश अंथरुणावर पडल्या पडल्या सिद्दीशी कसे बोलता येईल याचा विचार करत होता. सिद्धी खूप हट्टी आहे की काय समजासहजी त्याच्याशी बोलणार नाही हे निलेश ला समजलं होतं. मग त्याने विचार केला की याबाबत अर्जुनशी बोलूया स्वप्निल सिद्धीचा जिवलग मित्र होता आणि अर्जुन व निलेश पण खूप जमायचं आता त्याला पक्क माहित झालं होतं की सिद्धीशी बोलायला तोच मला मदत करेल. म्हणून तर मनाशी पक्क करतो की अर्जुनशी या विषयावर उद्याच बोलायचं.

संध्याकाळी पाचच्या सुमारास सगळेजण क्रिकेट खेळण्यासाठी ग्राउंड वर जमा व्हायचे. निलेश व त्याचा दादा ग्राउंड वर पोहोचले स्वप्निल त्यांच्या आधीच आला होता.

"स्वप्निल इकडे रे निलेश" निलेश ने त्याला हाताने इशारा करून बोलावून घेतले.

" काय रे निलेश " निलेश जरी वयाने मोठा होता तरीही तो त्याला दादा वगैरे काही बोलायचं नाही त्यांच्यात तशी मैत्री होतीच.

" तुझ्याकडे माझं एक काम होतं"

"बोल की "

" अरे ती आपल्या बिल्डींग मधील सिद्धी आहे ना मला तिच्याशी बोलायचं आहे पण ती काही माझ्याशी बोलतच नाही"

" हो ती तशीच आहे ती जास्त कोणाशी बोलत नाही कामापुरतेच बोलेल तेवढ.तुला फक्त बोलायचं आहे ना तिच्याशी मग बोलेल कि ती तुझ्याशी "

"बोलायचं तर आहेच मला तिच्याशी पण मला तिला आणखी काही तरी सांगायचं आहे. पण मला तिची भिती वाटते रागाला ची कशी मांजरी सारखी बघते . मला नाही वाटत की मी तिच्यासमोर काही बोलू शकेल की जर डोळे मोठे करून बघायला लागली तर मला काही सुचणारच नाही त्यापेक्षा आपण एक काम करू मी जे काही तुला सांगणार ते तू तिला सांग आणि नंतर ती काय म्हंटली ते मला येऊन सांग".

"तुला सांगायचं आहे ना तिला मग तूच बोल मी भेट घडवून देतो तुमची मी चांगली आहे तुला काही बोलणार नाही".

"मला माहिती चांगली आहे आणि म्हणूनच ती मला आवडते"

"काय" ! स्वप्निल आश्चर्यचकीत झाला.

"हो अरे मला ती खूप आवडते .कदाचित मी तिच्या प्रेमात पडलोय .तू तिला सांगशील का मला ती आवडते म्हणून "?

अर्जुनचा चेहरा पूर्णपणे उतरला होता. निलेश जे काही बोलला होतात ते स्वप्निल मला अजिबात आवडलं नव्हतं.

" बरं सांगतोस दिला जाऊ का मी आता" ?

"हो जा आणि ती काय बोलते ते पण मला सांग हं ".

"हो" असं बोलून स्वप्निल इथून निघून गेला.

निलेश खूप खुश होता . एकदाचा त्याच्या मनातलं सिद्ध पर्यंत पोहोचणार होतं आता तो फक्त सिद्धी उत्तराची वाट बघत होता होता. सिद्धी हो बोलेल कि नाही याचा त्याला फार टेन्शन आलं होतं. त्याच्या मनात धडधड वाढू लागली होती.

सिद्धी आणि अर्जुन क्लास मध्ये बसलेले असतात. थोड्यावेळाने क्लास सुटतो.सगळे वर्गाबाहेर जातात तोच अर्जुन सिद्धी ला थांबायला सांगतो.

"काय झालं अर्जुन?आज खूप अपसेट दिसतोय ,काय बिनसलंय तुझ"?

"ते मला तुझ्याशी बोलायचं होतं".

" बोल ना मग तू कधीपासून माझ्याशी बोलण्यासाठी परवानगी मागायला लागलं"?

"अरे तसं नाही मला जरा वेगळ्या विषयावर बोलायच आहे"

" बोल रे पटकन बाबा"

" हो ,तुमच्या शेजाऱ्याच्या रूममध्ये जी मुलं राहतात ना त्यातील एका मुलाला तु खूप आवडते त्याचं प्रेम आहे तुझ्यावर. निलेश नाव आहे."

"तो गोऱ्या रंगाचा ना ? असतो सारखा माझ्या मागे एकदा तर दुकानात मला कॅडबरी देत होता पण त्याला जाऊन सांग . That siddhi is not interested in him ok . आणि तुला माहितीये ना मला नाहीअसलं काही आवडत . मग तू असला कोणाचाही निरोप घेऊन माझ्याकडे येऊ जाऊ नकोस. प्रेम आहे म्हणे आणि ते सांगायला तुला पाठवून दिला आहे .

Seriously .आजकाल प्रेम तर कोणीपण करत.पण ते सांगायला हिंमत लागते .चल जाते मी". अस बोलून सिद्धी तिथून निघून जाते .

रात्री सिद्धी आणि तिचे बाबा शतपावली करण्यासाठी बाहेर जातात .थोडा वेळ शतपावली केल्यानंतर सिद्धी व तिचे बाबा मंदिराच्या पायरी वरती बसले होते . सिद्धीचे बाबा तिच्याशी बोलत असतात . पण सिद्धी त्यांनी विचारलेल्या कोणत्याच प्रश्नाचं देत नसते. मुळातच तीच बाबांच्या बोलण्याकडे लक्षच नव्हतं. आज सकाळी स्वप्निल ने जे काही सांगितलं होतं ती त्याचाच विचार करत होती.

"सिद्धी ,ये बाळ सिद्धी काय झालं ग, कुठे लक्ष आहे?"

" हं काही नाही बाबा चला घरी जाऊया मला खूप झोप येत आहे ".

"चल "असे बोलून ती व तिचे बाबा घराकडे जातात. तिकडे अर्जुन ही सकाळी झालेल्या प्रकरणाबद्दल विचार करत होता. अर्जुन जरी सिद्धीचा जिवलग अगदी जवळचा मित्र होता .तरीसुद्धा त्याला सिद्धी खूप आवडायची पण सिद्धीला काय वाटेल माझ्या भावना तिला सांगितल्यानंतर ती माझ्याशी मैत्री तर तोडून टाकणार नाही ना? तसे अनेक विचार .त्याहून सिद्धी त्याला सोडून जाईल म्हणून त्याने आपले प्रेम तिच्यासमोर कधी व्यक्तच केलं नाही .त्यात आता निलेश ला नकार दिला आहे हे समजल्यानंतर राडा घालेल की काय अशीही शंका त्याच्या मनात होती .पण सिद्धी त्याला नाही बोलली हे ऐकून स्वप्निल ला जरा बरं वाटलं.

दुसऱ्या दिवशी अर्जुन शाळेला जायला निघणार तोच निलेश तिथे आला. निलेश ला पाहून स्वप्निल ला समजलं होतं की तो सिद्ध काय उत्तर आहे हे जाणून घेण्यासाठी इथे आला आहे .घरात कोणाला काही करू नये तो बाहेर आला आणि दोघेजण बाल्कनीत उभे राहून बोलू लागले.

"अर्जुन काय म्हणाली रे सिद्धी?"

" तू वाईट वाटून घेऊ नकोस पण सुट्टी म्हणाली की तिला हे प्रेम वगैरे काही आवडत नाही आणि तू पण .तिला तुझ्या मध्ये इंटरेस्ट नाही असं म्हणाली ती."

हे ऐकून निलेश ला खूप धक्का बसला त्याला वाटत होतं की सिद्धी त्याच्याशी बोलायला लाजतेय पण खरं तर सिद्दीला त्याच्याशी बोलायचंच नव्हतं. निलेश त्याच्या विचारात गुंग होता तोच अर्जुन म्हणाला.

" मी जातो मला उशीर होतोय ,तू काळजी घे. असं बोलून तो तिथून निघून गेला"

सिद्धीला मी का आवडत नाही की तीच दुसऱ्या कोणावर प्रेम आहे? पण ती तर म्हणाली तिला प्रेम आवडत नाही मग काय कारण असू शकेल का ती असं वागतेय? असे अनेक प्रश्न निलेशला भेडसावत होते पण त्या प्रश्नाचं उत्तर काही निलेशला सापडेना शेवटी तो तसाच जड पावलाने तिथून निघून गेला.सिद्धीचा नकार समजल्यापासून निलेश खूप अस्वस्थ होता त्याचं कोणत्याच कामात लक्ष लागेना .ही बाब निलेश च्या मोठ्या दादा समजली पण त्याने विचारल्यानंतर सगळं काही ठीक आहे तू काळजी करू नकोस असं बोलून तो तिथून निघून गेला.

निलेश स्वप्निल ला भेटण्यासाठी क्रिकेट ग्राउंड वरती गेला त्याच्या डोक्यात सिद्दीशी कसं बोलायचं याचा प्लॅन होता निलेशने तो प्लॅन स्वप्निल ला सांगितला आणि दुसऱ्या दिवशी तसंच करायचं ठरवलं निलेश च्या प्लॅन नुसार रोहित जो की सिद्धी आणि स्वप्निलचा चांगला मित्र होता तो सिद्धीच्या घराच्या खालच्या मजल्यावर राहत होता त्याने सिद्धी ला बॅडमिंटन खेळण्यासाठी बोलवायचं, खेळण्यासाठी सिद्धी नक्की खाली येईल हे त्याला माहीत होतं आणि सिद्धी खाली आली की निलेशला भेटता येईल, आणि तिच्याशी बोलता पण येईल.

दुसऱ्या दिवशी ठरवल्याप्रमाणे रोहित सिद्धी च्या घरी गेला आणि खेळण्यासाठी तिला खाली घेऊन आला. स्वप्निल व त्याचा आणखी एक मित्र आधीच खाली आले होते. सिद्धी रोहित आणि अर्जुन व त्याचा मित्र अशा जोड्या करून ते बॅडमिंटन खेळत होते. खेळायला सुरुवात

करून एक अर्धा तास झाला होता तोच तिथे निलेश आला सिद्धीला आवाज देऊ लागला पण सिद्धीने अजिबात त्याच्याकडे पाहिलं नाही, पण जेव्हा तो खूपच मागे मागे करू लागला तेव्हा सिद्दी तिकडून निघून गेली. निलेश ही सिद्धी च्या पाठीमागे जाऊ लागला ,शेवटी बिल्डिंगच्या जिन्यामध्ये निलेशने सिद्दीचा हात पकडून तिला थांबवलं.

"हात सोडा माझा नाहीतर मी बाबांना बोलवीन ",असं म्हणत सिद्धी निलेश कडे खूप रागानं बघत होती.

"सिद्दी ऐकतर अगं माझं"

‘ मला काही ऐकायचं नाही तुमचं, जा तुम्ही इकडून’

सिद्धी अस बोलताच निलेश च्या डोळ्यात चटकन पाणी आलं.

" असा काय त्रास दिलाय ग मी तुला, म्हणून तू माझ्याशी असं तुटकपणे वागते?"

निलेश च्या डोळ्यातलं पाणी पाहून तिला खूप वाईट वाटलं. अपराधीपणाची भावना तिच्या मनात निर्माण झाली तिच्यामुळे निलेश च्या डोळ्यात पाणी आलं हे तिला काही आवडलं नाही. निलेशला अश्रू अनावर होऊ लागले. त्याने तिचा पकडलेला हात सोडून दिला .हात सुटताच सिद्धी तिथून निघून गेली. सिद्धीला गेलेल पाहताच ,स्वप्निल आणि रोहित निलेश जवळ गेले .निलेश खूप रडत होता त्या दोघांनी निलेश ला खूप समजावण्याचा प्रयत्न केला, पण निलेश काही केल्या ऐकेना. लहान मुलाला त्याची आवडती गोष्ट दिली नाही की ते रडत हट्ट करत बसतात , निलेशच ही तसंच झालं होतं. पण प्रेम ही काही गोष्ट किंवा वस्तू नाही ना .प्रेम म्हणजे एक भावना .जी आपण फक्त अनुभवू शकतो. मनसोक्त ते भाव जगू शकतो. प्रेमाला आपण जितका घट्ट पकडून ठेवतो ,बंदिस्त ठेवतो ,तेव्हाच ते आपल्या हातातून निसटू लागतं. प्रत्येकाला ही बाब समजली तर ठीक नाहीतर आपल्या प्रेमाला कायमचा गमवाव लागेल .

दुसऱ्या दिवशी सिद्धी शाळेला गेली ,पण ती उदास दिसत होती.

" तुला माहितेय का ग सिद्धी आमच्या बिल्डिंग मधील एका मुलानं आत्महत्येचा प्रयत्न केला . ते पण त्याला आवडणाऱ्या मुलीने त्याला नकार दिला म्हणून .अस कसं करतात ग हे लोक ?जाऊदे आपण काय

करणार त्यात."

आदितीच हे बोलून ऐकून तर सिद्धी प्रचंड घाबरली . निलेश ने जर अस काही केलं तर ? या विचारानेच ती पुरती घाबरली होती . सिद्धीच काहीतरी बिनसलं आहे हे अदिती ला समजलं होतं, लंच ब्रेक मध्ये अदितीने सिद्धीला उदास असण्याचं कारण विचारलं तेव्हा तिने काल झाल्याला

सगळा प्रकार सांगितला.

" आदिती मला खूप वाईट वाटतंय ग त्याने का मला विचारलं ?असं प्रेम वगैरे कस त्याच्या डोक्यात आलं तो माझ्या मुळे रडला ग .काय करू ग मी आत्ता?"

"हे बघ सिद्धी तू स्वतःला काही त्रास करून घेऊ नकोस. तू शांत राहून नीट विचार कर .तुझा जो काही निर्णय असेल मी तुझ्या नेहमी सोबत आहे. जास्त टेन्शन नको घेवुस." अदिती शी बोलून देखील सिद्धीच काही समाधान झालं नव्हतं तिला अजूनही काय करावं ते सुचत नव्हतं.

त्या दिवसानंतर निलेश सिद्धीला दोन-तीन वेळेस दिसला होता. सिद्दीने त्याचा पडलेला चेहरा पाहिला होता .तिला पाहूनही निलेशने ना तिच्याशी बोलण्याचा प्रयत्न केला ना ही तिच्या मागे मागे गेला. सिद्धीच्या बोलण्यामुळे तो खूप अस्वस्थ झाला होता.त्या प्रकरणानंतर स्वप्निल नही सिद्दीशी स्वतःहून काही बोलला नाही त्याला असं वाटत होतं की त्याच्यामुळे सिद्धीला त्रास होतोय पण निलेश ही त्याचा चांगला मित्र होता आपण निलेशला मदत करावी असं त्याला वाटू लागलं होतं शेवटी कितीही झालं तरी मैत्रीचं पारड प्रेमाच्या पडण्यापेक्षा रडत असतं त्याने निलेश चिकन अवस्था पाहिली होती सर्वांना हसवणारा मस्तीखोर आणि शांत राहू लागला होता अर्जुनने मग पुन्हा मित्रासाठी सुद्धा त्या विषयावर बोलायचं ठरवलं.

सिद्धी खो-खो आणि कबड्डी खूप छान खेळायचे त्यादिवशी ती खूप खेळत होती तेव्हा अर्जुन निलेश बद्दल तिच्याशी बोलायला आला होता सिद्धीला आवाज देऊन त्याने तिला एका बाजूला बोलावून घेतले.

"स्वप्निल कसा आहे रे तो"? सिद्धी दमलेल्या स्वरात निलेश ची चौकशी करू लागली आहे

.

"तसा बरा आहे तो खरंतर मी त्याच्याबद्दलच बोलायला आलो होतो तुझ्याशी"

"आणि ते काय"?

"हे बघ सिद्धी तुला खरं सांगू का मला असं वाटतं की तू निलेश चा विचार करावा म्हणजे म्हणजे हेच कि तू त्याला खूप बोलतो खूप चांगला मुलगा आहे म्हणजे जेव्हा मी त्याला ओळखतो त्यावरून तुला सांगतो मुलं जास्त रडत नाही आणि तो तुझ्यासाठी खूप रडला आहे आणि तो तुझ्यावर खूप प्रेम करतो म्हणून मला असं वाटतं की तू त्याला हो बोलावस".

" तुझं झालं असेल तर मी जाऊ का"? असं बोलून सिद्धी तिथून रागावून स्वप्निल तिला आवाज देत राहिला पण सिद्धी ने त्याचं काही ऐकलं नाही सिद्धीला अर्जुनचा खूप राग आला होता अर्जुन कोणा दुसऱ्या साठी तिला विचारत होता ते तिला अजिबात आवडलेला नव्हतं स्वप्निल बद्दल तिला काहीतरी वेगळे जाणवत होतं पण ते काय हे तिला समजत नव्हते या परिस्थिती मध्ये काय करावं हे तिला अजिबात समजत नव्हतं. या सगळ्या प्रकारामुळे सिद्धीची खूप चिडचिड होत होती .ती घरी येते घरी वेद आणि साक्षी या दोघांचभांडण सुरु असत." तू माझ्या सामानाला हात का लावतो?" या गोष्टींवरून साक्षी आणि भांडण करत होते. त्यांच्या भांडणाच्या कर्कश आवाजाने सिद्धी आणखी संतापते आणि रागाच्या भरात तिने अर्जुन वरचा सगळा राग साक्षी आणि वेदत्यांच्यावर उतरवला .ती दोघांना खूप ओरडली आणि आतल्या खोलीत निघून गेली. एवढ्याश्या कारणांमुळे मुलांना कशाला ओरडलीस म्हणून आईनेही सिद्धीला जरा ओरडा दिला. जेव्हा सिद्दीला सगळं काही असहाय्य झालं तेव्हा ती ओक्साबोक्शी रडू लागली .नंतर कुठे आईने समजवल्यानंतर थोड्या वेळाने ती शांत झाली .सिद्धी शांत झालेली पाहून वेद आणि साक्षी तिच्या जवळ गेले.

" सॉरी दिदीआमच्यामुळे आई तुला ओरडली".इति साक्षी .

"खरतर मीच सॉरी मी उगाच तुमच्यावर चिडले, जा खेळायला".

साक्षी आणि वेद खेळायला गेले. सिद्धीला जाणवलं होतं की ती साक्षी आणि वेद यांच्यासोबत चुकीचं वागली आहे. अर्जुन वरचा राग उगाचच तिने त्या दोघांवर काढला. इतर कोणाच्या चुकीची शिक्षा दुसऱ्याच कोणाला तरी देतो रागावर नियंत्रण ठेवायला हवं .नाहींतर रागाच्या भरात आपण आपल्या हक्काचं असलेलं आपलस गमावू शकतो. जेवण करण्याआधी सगळे जण टीव्ही बघत बसले होते .सारख्या मालिका काय बघताय अस म्हणत बाबांनी न्यूज चॅनेल लावलं . तोच समोर बातमी झळकली ."मुलीचा नकार ऐकून तरुणाने केला आत्महत्येचा प्रयत्न". या बातमीने तर सिद्धीला पुरता घाम फुटला . कस बस तिनं जेवण उरकलं आणि अंथरुणात झोपण्याचा प्रयत्न करू लागली .

दुसऱ्या दिवशी सिद्धी शाळेला गेली .कालच्या प्रकारामुळे ती होमवर्क करायला विसरली होती. त्यामुळे तिचे टीचरने पनिशमेंट म्हणून तिला वर्गाबाहेर काढलं सिद्धी लायब्ररी मध्ये बसून निलेश हाच विचार करत होती. थोड्या वेळाने सुट्टी झाली मध्ये गेली आणि जवळ जाऊन बसली.अदिती आल्याच तिच्या लक्षात ही आलं नव्हतं. इतकी ती निलेश च्या विचारांमध्ये मग्न झाली होती.

"सिद्धी काय झालं तू चक्क होमवर्क केला नाहीस". अदितीच्या या प्रश्नामुळे सिद्धी तंद्रीतून जागी झाली.

"अग ते हे .. सिद्धीचं वाक्य मध्येच थांबवत अदिती पुढे बोलू लागते.

"मला माहिती आहे तू अजूनही त्या निलेशचाच विचार करतेय ना?"सिद्धीचा पडलेला चेहरा खरं काय ते सांगत होता.

"हे बघ सिद्धी तू बोल त्याला हो म्हणजे अर्जुन व रोहित कडून ऐकला आहे मी त्याच्याबद्दल. चांगला मुलगा आहे. एक नवीन प्रयत्न करून बघ. तु जर त्याला नाही बोललीस तर त्याने रागाच्या भरात आपल्या जीवाचं काही बरं वाईट केलं तर म्हणून मला वाटतं तू त्याला होकार द्यावा". आदितीने समजावल्यानंतर सिद्धी विचारांमध्ये गुंतली होती. तिने काहीतरी निर्णय घ्यायलाच हवा हे मनाशी पक्कं ठरवलं

होतं. जेव्हा आपण रागामध्ये किंवा कोणाच्या तरी भीती खाली वावरत असतो तेव्हा घेतलेले निर्णय चुकीचे ठरतात त्यामुळे कोणताही निर्णय घेण्याआधी मन आणि डोकं शांत केलं पाहिजे.

दोन तीन दिवसानंतर सिद्धी संध्याकाळच्या वेळेला बिल्डींग खाली बॅडमिंटन खेळायला गेली. तिच्यासोबत स्वप्निल खेळायला आला होता अर्जुन बॅडमिंटन खेळायला तितकासा आवडत नसायचे पण सिद्धीने बोलल्या नंतर लगेच खेळायला जायचा. सिद्धी आणि अर्जुन खेळत असताना तिथे निलेश आला .

सिद्धीला बघताच कडाक्याच्या उन्हात पावसाच्या सरीत भिजल्यासारखं निलेश ला वाटत होतं. पण आपण तिच्याकडे बघतोय हे सिद्धी ला आवडणार नाही हे लक्षात येताच निलेश तिकडून चालू लागला .निलेश सिद्धी जवळून जात असताना तिने त्याच्याकडे बघून एक स्मित हास्य केले .पण निलेश तिच्याकडे लक्षच गेलं नाही. तो पायऱ्यां चढून वर जात असताना सिद्धी ने त्याचा हात पकडला आणि त्याला थांबवून घेतलं .त्या क्षणासाठी निलेशला काही सुचेनासं झालं

.

"आता तू हात धरलेला चालतो का ?"निलेश ला एक वेगळ्याच प्रकारचा आनंद होतो. पण गंभीर चेहरा करुन सिद्दीशी बोलत होता.

" हो मी काहीही केलेलं चालत ".अश्या सिद्धीला निलेश पहिल्यांदाच बघत होता .

"मग काय काम आहे तुझं माझ्याकडे ?आणि माझा असा हात का धरलास?"

"ते मला तुझी माफी मागायची आहे .मला माफ कर. माझ्यामुळे तुला खूप त्रास झाला आहे. पण मला तुला त्रास देण्याचा माझा कधीच हेतू नव्हता ".

"तू माफी मागून काय होणार आहे? माझं प्रेम थोडीच मला मिळणार आहे ?"

"हो तुझं प्रेम तुला मिळणार आहे ".

"म्हणजे? आणि ते कसं ?" निलेश आश्चर्यचकित झाला.

" ते अस की मला समजलय ती तुझं माझ्यावर किती प्रेम आहे तु वेड्यासारखं माझ्यावर प्रेम करतोस त्यामुळे मीही तुझ्यावर प्रेम करायला लागली आहे". सिद्धीचे हे बोल ऐकल्यानंतर जेव्हा मॅच जिंकण्यासाठी शेवटच्या एका बॉलमध्ये सहा धावा हव्या असतात .आणि षटकार होतो तेव्हा त्या बॅट्समनला नव्हे तर संपूर्ण टीमला जसा आनंद होतो अगदी तसाच आनंद निलेश ला होत होता .निलेश ला काय करु आणि काय नको असं झालं. निलेशने हातातील सामानाच्या पिशव्या खाली ऐकल्या आणि सिद्धीला एक घट्ट मिठी मारली होती त्यांची पहिली मिठी.

सिद्धीने निलेशला मिठीतून मोकळं केलं आणि तिथून वर निघून गेली. निलेशला वाटलं की ती लाजली असावी.पण हे सिद्धीला मान्य नव्हत.जरी तिने निलेश ला होकार दिला होता तो फक्त एका भीतीपोटी .तिचा नकार दिल्यानंतर निलेश जीवाचं काही बरं वाईट करून घेईन म्हणुन तिने त्याला होकार दिला.

हा सगळा प्रकार स्वप्निल पाहत होता. सिद्धीने त्याला होकार दिला हे ऐकूण स्वप्निल ला खूप धक्का बसला. त्याला खूप वाईट वाटलं. पण मित्राला त्याचं प्रेम मिळालं हे बघून त्याला छान वाटलं.सिद्धी वर निघून गेल्यानंतर निलेश लक्ष अर्जुन कडे गेल. तो धावत येत मित्रा अशी हाक मारत स्वप्निल ला मिठी मारली.

"स्वप्निल सिद्धी हो म्हणाली मला, तू ऐकलस ना ती हो म्हणाली".

" मला ऐकला ना आता पार्टी पाहिजे मोठी वाली"

"अरे विषय आहे का? तुला आणि रोहित ला तर मी आधी पार्टी देणार. "स्वप्निल व निलेश आपल्या रुममध्ये निघुन जातात .

2

एक आठवडाभर सिद्धी व निलेश एकमेकांसोबत काहीच बोललेले नसतात . फक्त येता-जाता दिसली की एकमेकांकडे बघून स्मित हास्य करायचे लोकांना काही संशय येऊ नये म्हणून ते भेटून बोलत नसत .निलेश ला सिद्धीशी खूप काही बोलावसं वाटायचं पण त्यांना भेटण्याची कधी संधी मिळायची नाही . म्हणून मग मी निलेश अर्जुन कडून सिद्धीला निरोप देतो की आपण रविवारी बीच वरती भेटूया .अदितीला भेटायला जाते असं सांगून तिकडे ये . निलेश चा हा निरोप ऐकून सिद्धीला खूप टेन्शन आलं होतं .काय करावं तिला काहीच सुचत नव्हतं. मनाविरुद्ध काही गोष्टी केल्या तर त्रासच काय मनस्ताप देखील होतो. पण निलेश ला एकटीने भेटायला जाण्यास सिद्धीला भीती वाटत होती. म्हणून तिने अदितीला ही सोबत घेऊन जाण्याचे ठरवले .त्या दिवशी रविवार होता. ठरल्याप्रमाणे चार पाचच्या सुमारास निलेश बीच वर सिद्धीची वाट बघत होता. त्यावेळी सिद्धीकडे फोन नव्हता.

थोड्यावेळाने सिद्धी आली. सिद्धीला पाहून निलेश खूप खुश झाला .पण अदितीला सोबत आलेलं पाहून निलेश जरा नाराज झाला.

"या , या अदितीला ला पण सोबत घेऊन आलीस "

निलेश चिडलेल्या स्वरात बोलू लागला . पण सिद्धीला वाईट वाटेल म्हणून तो काही आणखी तिला बोलला नाही .

" हो मीच म्हंटल तिला सोबत चल ".

"बरं केलस आदीतलाही सोबत घेऊन आलीस , चला बसा तिथे ". एका जागेकडे इशारा करत निलेश म्हणाला .

तिघांचे तिथं खाण पिणं झालं. पण अदिती असल्यामुळे निलेश ला सिद्धीशी जास्त काही बोलता आलं नाही . त्याला सिद्धीच्या जवळ जायचं होतं . पण त्याला तसं करता आलं नाही. मात्र अदिती सोबत असल्यामुळे सिद्धीला बर वाटत होतं . अंधार होऊ लागला म्हणून मग त्यांनी तिथून काढता पाय घेतला .

असेच दिवस जात होते .एके दिवशी सिद्धीचा वर्ग चालू असताना शिपाई काका एक नोटीस घेऊन आले . त्यात अस नमूद केलं गेलं होतं की पुढील महिन्यात वार्षिक स्नेहसंमेलन आयोजित केल आहे आणि प्रत्येक विद्यार्थ्यांने सहभाग नोंदवायचा आहे .टीचर नी नोटीस वाचून दाखवल्यानंतर मुलांमध्ये उत्साहाचं वातावरण निर्माण झालं . मुलं एकचं दंगा करू लागली . सिद्धी आणि आदीतीनही कार्यक्रमामध्ये भाग घेण्याचं ठरवलं .

अर्जुन कडून निलेश ला समजलं होत की सिद्धीनेही वार्षिक स्नेहसंमेलनामध्ये भाग घेतला आहे . निलेश सिद्धीचा डान्स पाहण्यासाठी आतुर झाला होता . त्याच्यानंतर सिद्धी डान्सचा सराव करण्यात आणि अभ्यासात व्यस्त झाली . त्यामुळे ती निलेश ला पौर्णिमेच्या चंद्राप्रमाणे दिसू लागली होती. निलेश ला खूप वाईट वाटायचं . त्याला सिद्धीसोबत हवा तसा वेळ घालवता येत नव्हता . त्याला सिद्धीसोबत खूप बोलवास वाटायचं .तिचा हात हातात घेऊन समुद्रकिनाऱ्यावर दूरवर चालत जावं .सिद्धीच्या डोळ्यांत पाहताना आपण स्वतःला हरवून बसावं . अस त्याला सतत वाटायचं पण सिद्धीला वेळ नसे .ती चांगल्या कामात व्यस्त आहे असं म्हणत निलेश त्याच्या मनाची समजूत घालायचा .

अखेर तो दिवस उजडला . निलेश खूप उत्साहीत दिसत होता . सिद्धी वेलकम साँग मध्ये होती . त्यामुळे तिचा डान्स लवकर होणार होता . म्हणून मग तो लवकरच तिचा शाळेवर जाण्यास निघाला .तिच्या शाळेच्या गेटवरती वॉचमन होता जो ज्यांच्याकडे गेट पास असेल त्यांनाच आत सोडत होता . म्हणून निलेश अर्जुन सोबत तो कॉलेज मध्ये गेला . थोड्या वेळाने कार्यक्रमाला सुरुवात झाली . वेलकम साँग सुरू झालं . निलेश ची नजर सिद्धीचा शोध घेत होती . अखेर त्याचा

त्याचा शोध संपला .लाल रंगाची साडी नेसलेली सोबतच चेहऱ्यावर लाजेची लाली पसरलेली सिद्धी खूप सुंदर दिसत होती . कितीतरी वेळ त्याची नजर सिद्धीवरती खिळून राहिली . निलेश ला ती अगदी अप्सरे सारखी भासत होती . तो तिला न्याहाळण्यात इतका दंग झाला की तिचा डान्स संपलेला ही त्याच्या लक्षात आलं नाही .

सिद्धीचा डान्स झाला . थोड्या वेळाने ती कार्यक्रम परिसरातून शाळेमध्ये जाताना निलेश ला दिसली . कदाचित ती वॉशरूम ला जात असावी . निलेश ही पाठोपाठ तिच्या मागे गेला. सिद्धीचा हात पकडून तिला एका आडोशाला घेऊन जातो . निलेश ने अचानक तिचा हात पकडल्यामुळे सिद्धी खूप घाबरते .

"तू इथे काय करतोयस ?" हे बोलताना सिद्धी ची धडधड वाढली होती ." कोणीतरी बघेल आपल्याला ".अस म्हणत ती आजूबाजूला कोणी नाही ना याची खात्री करत होती .

" मी इथे काय करतोय म्हणजे ? तुझा बघायला यायला नको ? अस म्हणताना तो तिच्या केसांच्या बेटांशी खेळू लागला .

"हो यायला हवं ,निलेश निलेश काय करतोयस तू हे ?हे बघ हात सोड माझा अरे बघेल ना कोणीतरी ?" सिद्धीच्या धडधडत्या मनाने आणखी वेग धरला .

"खाली कार्यक्रम चालू आहे वरती कशाला कोण येईल ?"अस म्हणत निलेश च्या हातांनी सिद्धीच्या कमरेला विळखा घालत तिला जवळ ओढलं .

"निलेश हे काय करतोयस तू ? सोड मला खरचं कोणीतरी येईल रे ". सिद्धी त्याच्या मिठीतुन बाहेर जाण्यासाठी निष्पाप प्रयत्न करत होती .

"कोण नाही येत ग इकडे ,ते सोड तुला माहितेय तू आज किती सुंदर दिसतेयस ?"

" तूच सांग किती सुंदर दिसतेय मी ."

" सांगू , सांगू ". अस म्हणत तो सिद्धीच्या आणखी जवळ जाणार तोच त्यांच्या कानी साक्षीचा आवाज आला . साक्षी सिद्धीला आवाज देत होती . साक्षीचा आवाज ऐकताच दोघेही खूप घाबरले . साक्षीने

दोघांना एकत्र पाहिलं तर खूप गोंधळ होईल म्हणून सिद्धी तिथून निघून जाते . निलेश च्या बाबतीत सिद्धीचा खूप गोंधळ होत होता . तिला समजत नव्हतं की तीच निलेश वर प्रेम आहे की नाही ? तो तिला आवडतो की भीतीमुळे तिने निलेशला होकार दिला होता ? तिच्या मनाचा गोंधळ उडायला एवढे प्रश्न पुरेसे होतेच पण त्यातच आजच्या प्रसंगाची भर पडली.निलेश ने ज्या प्रकारे तिला जवळ ओढून घेतलं होतं ते सिद्धीला खूप आवडलं होत . तेव्हा तिला खूप शहारून आलं होतं . सिद्धी या आधी कधीच कोणाच्या इतकं जवळ गेली नव्हती . ती काहीतरी वेगळं अनुभवत होती .

अंथरूणावर पडल्या पडल्या सिद्धी हे सगळा प्रकार आठवतं , विचार करत लाजत होती .त्यातच तिला आणखी एक प्रश्न सतावत होता . निलेश बद्दल तिला जे काही वाटत होत ते तिच्या वयामुळे अस होतंय की ती खरंच निलेश च्या प्रेमात पडली होती .

एके दिवशी अचानक सिद्धीच्या आईवडिलांना गावी जावं लागत . त्यामुळे घरची सगळी जवाबदारी सिद्धी वरती आली होती . खरंच मुलींना लवकर शहाणपण येत. त्या समजूतदार ,संयमी असतात . आई बाबा घरी नसले तरी सिद्धी सगळं काही धीराने करायची . स्वयंपाक, झाडलोट ,साक्षी आणि वेद चा अभ्यासही ती घ्यायची . त्यात साक्षीची तब्येत बरी नसायची . ती सतत आजारी असायची . त्यामुळे साक्षी ची खूप काळजी घ्यावी लागे .

संध्याकाळच्या जेवणासाठी सिद्धीने मसाला वांग बनवल होत . ते छान झालं होतं म्हणून तिने त्यातलं थोडंसं बाजूला काढून निलेश ला दिल . निलेश ला ही ते खूप आवडलं . तेव्हा निलेश ने पहिल्यांदा सिद्धीच्या हाताची चव चाखली होती . त्यानंतर हा असा सुवर्ण योग बऱ्याच वेळेस आला . त्यामुळे निलेश ला सिद्धीच्या हातचे खूप सारे पदार्थ चाखायला मिळाले . उन्हाळ्याचे दिवस सुरू होते . खूप उकाडा होता त्यामुळे सिद्धी ,अदिती ,रोहित आणि अर्जुन हे सगळे मज्जा करण्यासाठी बीच वरती गेले होते .अर्थात निलेश ही तिथे सिद्धीसाठी आला होता . निलेश ला सिद्धीशी सतत भेटता येत नव्हतं म्हणून मग कधीही संधी मिळाली की तो हातची जाऊ देत नसे . सगळे समुद्रात

मस्ती करत होते .तेवढ्यात निलेश सिद्धीला तिथून बाजूला घेऊन जातो . निलेशच्या मनात काय चालू आहे याचा कसलाच अंदाज सिद्धीला बांधता येत नव्हता .

"निलेश कुठे घेऊन जात आहेस मला?आणि आपण पाण्यातून बाहेर का आलो ?बघ सगळे किती मस्ती करत आहेत .निलेश सांग ना काहीतरी . "

"सांगतो तुला सगळं ,पण जरासं थांब ".

"अरे काहीतरी सांग".

"अग सांगण्यासारखं असेल तर सांगणार ना मला तुला काहीतरी दाखवायचं आहे ."

" काय दाखवायचं आहे ?"

"हे बघ ,तुला हे दाखवायचं होत " अस म्हणत निलेश ने तिला माडाच्या,झाडाझुडपांच्या पाठीमागे असलेल्या एका छोट्याश्या पण सुंदर गार्डन मध्ये सुंदर रंगबेरंगी फुले दाखवत तो म्हणाला .

सिद्धी त्या सुंदर गार्डन आणि रंगबेरंगी फुलांना न्याहाळत बसली . ती आदितीसोबत बऱ्याचदा बीच वरती आली होती . पण हे गार्डन तिनं आज पहिल्यांदाच पाहिलं होतं .

" निलेश किती सुंदर गार्डन आहे हे ,पण आम्ही कधीच इकडे आलो नाही .अरे आपण दोघेच इकडे आलो . सगळ्यांना इकडे घेऊन येऊया चल".

"सिद्धी थांब ना ,आपल्या दोघांना असा वेळ मिळत नाही म्हणून तर तुला इकडे घेऊन आलो . नेक्स्ट टाइम आपण सगळ्यांना इकडे घेऊन येऊया ". सिद्धीला त्याच्यासोबत एकटं बसण्यात संकोच वाटत होता .

"बरं".

पाण्यात खेळून दोघेही खूप दमले होते . म्हणून जवळच असलेल्या एका मोठ्या लाकडाच्या ओंडक्यावर ते जाऊन बसले .या नंतर ते गार्डन आणि तो ओंडका हेच त्यांच्या भेटीचा ठिकाण झालं .

दोघांच्या गप्पा बराच वेळ रंगले होत्या . खूप उशीर झाला होता सगळे त्यांना शोधू लागले असतील असा विचार करून सिद्धी व निलेश

ग्रुपकडे परतले .

"अरे कुठे गायब झाला होता तुम्ही"? अदितीने काळजीच्या स्वरात प्रश्न केला.

" कुठे जाणार दुसरीकडे जंगल मे मंगल करणे गये होंगे".खोडकर रोहित खट्याळ नजरेने त्यांच्याकडे पाहून बोलला . रोहित च्या या प्रश्नाचा अर्जुन ला खूप राग आला होता . पण तिथें त्या वेळी तो काही बोलू शकला नाही .

"यार रोहित काय बोलतोयस ?इथेच होतो गार्डन मध्ये .बोलत बसलो होतो बाकी काही नाही".सिद्धीने तिच्यावरचे आरोप फेटाळत आपल्या खरेपणाच स्पष्टीकरण देत रोहित ला उत्तरं दिल .

"बरं तुमचं सगळ्यांच सगळं झालं असेल तर जाऊया का आपण ?" ना खुश होऊन अर्जुन ने विचारलं . जरी त्याने निलेश आणि सिद्धीच्या प्रेमाचा स्वीकार केला होता तरी त्याला सिद्धी बदल कोणीही वाईट बोललं की त्याला सहन नाही व्हायचं . दुसरं कोणतच नाही पण सिद्धी आणि अर्जुन मध्ये मैत्रीचं नात होत जे त्याला कायमस्वरूपी जपून ठेवायचं होत.

"हो चला जाऊया . "सगळे घरी परतले .

नुकतच शैक्षणिक नवं वर्ष सुरू झालं होतं . सिद्धी ,अर्जुन ,अदिती सगळे आत्ता नववी मध्ये शिकत होते .आज नववीतील पाहिला दिवस होता.सगळे जण खुश होते मात्र सिद्धी उदास होती .कारण आज अर्जुन शाळेमध्ये आला नव्हता . तो फॅमिली सोबत बाहेर गावी फिरायला गेला होता . अर्जुन सोबत वावरताना ती नेहमी खुश असायची . एखाद्या टवटवीत फुलाप्रमाणे दिसायची . अर्जुन खूप मस्तीखोर होता .तो कधीच जास्त सिरिअस नसायचा .नेहमी हसतखेळत असायचा . त्यामुळे सिद्धीला त्याच्या सोबत वेळ घालवायला मनापासून आवडायचं .

संध्याकाळी सिद्धीच्या घरचे सगळे जेवण करून टी. व्ही बघत बसले होते. तोच तिथे अर्जुन आला . तो दरवाज्यामध्येच अडखळला .

"अर्जुन अरे ये की आत बाहेरच काय थांबलाय ". सिद्धीची आई अर्जुनला घरात यायला सांगत होती .

सगळ्यांच लक्ष दरवाज्याबाहेर उभ्या असलेल्या अर्जुनकडे गेलं.अर्जुन ला पाहताच सिद्धी खूप सुखावली .

"कधी आलास रे अर्जुन दादा?"साक्षी सोप्यावर पडल्या पडल्या अर्जुन ची विचारपूस करू लागली .

हे काय अग मघाशीच आलो.ते आज शाळेला सुट्टी पडली ना म्हणून मग आज शाळेत काय झालं ते सिद्धीला विचारायला आलो

.

" अरे काही नाही आज फक्त "

"मला काहीच नीट ऐकू येत नाही सिद्धी दिदी तुम्ही दोघे बाहेर जाऊन बोला बरं ". सिद्धी च बोलणं मध्येच थांबवत वेद म्हणाला.

"बर जातो चल रे अर्जुन". असं बोलून ते दोघे खाली निघून गेले.

बर मग कशी झाली ट्रीप ?

"अगं एक नंबर झाली. मम्मी-पप्पा आणि खूप एन्जॉय केलं."

आणि तू ?

"मी पण खूप मज्जा आली सगळ्यांना. ते जाऊदे कसा होता आजचा स्कूलचा दिवस ?"

"हा चांगला होता. कोकाटे सर, शालिनी मिस ,राऊत सर, जाधव सर आणि विशाखा मिस च लेक्चर झालं . विशाखा मिस नी सांगितला आहे या वर्षी वर्षी मॅथस मध्ये सगळ्यांना चांगली मार्क्स हवी आहेत. स्टडी करा वगैरे वगैरे ." बोलत बोलत ते दोघे गणपतीच्या मंदिराजवळ पोहचले आणि तिथल्याच एक बाकावर गप्पागोष्टीं करण्यासाठी बसले

.

" म्हणजे या वर्षी माझ आणि विशाखा मिस च खूप वाजणार. त्या मला गणित शिकवणार आणि ते माझ्या डोक्यावरून जाणार". असं बोलून अर्जुन हसू लागला .

"अरे यार अर्जुन असं का बोलतोस ?तुला पडतील मॅथ मध्ये चांगले मार्क्स. तू केलं तर होईल माहितीये मला. माहितीये काय खात्री आहे मला .फक्त तु ठरव मनाशी पक्क कर म्हणजे झालं .मला माहितीये तू एखादी गोष्ट मनावर घेतलीस की ती पूर्ण करतोस आणि काही प्रॉब्लेम आला तर आहे की मी मला विचारत जा ओके".

स्वप्निल ने आज पहिल्यांदाच सिद्धिचा हा समजूतदारपणा पाहिला होता तो एक मन लावून ऐकत होता . सिद्दीने असंच बोलत राहावं आणि त्याने तिचं बोलणं असचं ऐकत राहावं असं त्याला वाटत होतं.

" काय रे समजलं ना तुला?"सिद्धीने त्याच्याकडे शंकेने पाहिलं

"हो हो ,समजलं ना मला आज पासून तूच माझी मॅथ ची टीचर . "दोघेही हसले आणि परत घराच्या दिशेने निघाले.

त्यादिवशी शेवटचे दोन लेक्चर ऑफ होते म्हणून मग सगळ्यांनी सिनेमा बघायला जायचं ठरवलं .खरं तर हा प्लॅन आदितीच तिचा होता. तिला मूव्हीज पाहायला खूप आवडायचं. तिच्यासाठी सगळ्यांनी मूवी ला जायचं ठरवलं होतं. सगळे जण थिएटरच्या दिशेने चालले होते. सिद्धी, आदिती, अर्जुन आणि रोहित रोडने मज्जा मस्ती थिएटरच्या दिशेने चालत चालले होते . तेवढ्यात बाईक वरून येणाऱ्या निलेशने सिद्धीला पाहिलं . त्याला सिद्धीकडे जायच होत पण मित्रासमोर कसं बोलणार ?म्हणून मग त्याने काहीतरी करण काढून त्या मित्राला त्याने तिथून कटवल . हळुवारपणे सिद्धी व तिच्या ग्रुपचा पाठलाग करू लागला. सगळे थिएटरच्या जवळ आले.निलेश ला त्यांच्या प्लॅन चा सुगावा लागला . तो सिद्धी जवळ येऊन थांबला .

निलेश ला असं अचानक समोर पाहून सगळे जण आश्चर्यचकित झाले. इथे काय करतोय हा? इथे कशाला आला असेल? काय बोलेल ?असे एक आणि अनेक प्रश्न सिद्दीच्या डोक्यात सुरू झाले.

" निलेश इकडे कसा काय रे तू "? रोहित ने प्रश्न केला .

"अरे इकडे जवळच एक काम होतं तेच करून आलो .तुम्ही सगळीकडे काय करताय तेही या वेळी ?

"आम्ही सगळे मूवी बघायला आलो होतो ."अदितीने उत्तर दिलं.सिद्धीला त्याच्याशी काय बोलावे हेच सुचत नव्हतं.

"अरे वा मस्त. चांगले मूवी लागले आहेत तिकडे .मी पण केव्हाचा जाणार होतो पण काही वेळच मिळत नव्हता आत्ता आपण सगळे एकत्र जाऊया , खूप मज्जा करूया."

निलेश हे बोलणं सिद्धीला अजिबात आवडलं नाही पण निलेश समोर ती काही बोलू शकली नाही आणि स्वप्निल ने तर याबाबतीत विचार करण्यात करायचं सोडूनच दिलं होतं. त्याला काही फरक पडत नाही असं तो दाखवायचा पण सिद्धी आणि निलेश एकत्र असण्याचा त्याला खूप त्रास व्हायचा. सिद्धीला तिच्या मित्र-मैत्रिणींसोबत बसायचं होतं. पण निलेश नी तिला त्याच्या शेजारीच बसवलं. निलेशला समजत होतं सिद्धीला त्याच्याशी वेळ घालवायला फारसा आवडत नाही तरीही तो तिच्या कलाने गोष्टी करत नसे. कदाचित त्याचा पुरुषी अहंकार दुखावला जात असावा . निलेशने सिद्धी सिद्धी होऊन सहा वर्षांनी मोठा होतो. त्यामुळे नेहमी त्याची मनमानी करत होता.

न राहवून स्वप्निल सारखं सिद्धी व निलेश कडे बघायचा . निलेशने सिद्धी च्या खांद्यावर हात ठेवलेला पाहून अर्जुन ला खूप वाईट वाटायचं .पण आत्ता त्यानं ठरवलं होतं .निलेश चांगला मुलगा आहे सिद्धी शी तो नेहमी चांगलं वागेल अशी याची त्याला खात्री होती . पण त्या दिवशी अर्जुन ने सिनेमा कमी आणि निलेश सिद्धीकडे जास्त वेळ पाहिल.

3

त्या रात्री शनिवार होता .सिद्धीचे बाबा ऑफिस वरून घरी आले नव्हते. किचन मध्ये सिद्धी तिच्या आईला स्वयंपाक करण्यात मदत करत होती आणि साक्षी नेहमीसारखे मस्ती करत होते. तोच तिच्या आईला अदितीच्या आईचा फोन आला .नंतर एक अर्धा तास भर त्या दोघींचं बोलणं सुरू होत . फोन ठेवून दिल्यानंतर सिद्धीने तिच्या आईला काकूंनी का फोन केला होता म्हणून विचारलं .तिच्या आईनं सांगितलं की त्यांनी उद्या सिद्धीला घरी जेवण करायला बोलावलं आहे मांसाहाराचा बेत आहे वाटतं. हे ऐकून सिद्धी खुप खुश झाली. मांसाहार खाण तिला खूप आवडायच .

अदितीच्या आईनं स्वप्निलाही बोलावलं होतं म्हणून अदितीकडे जाताना दोघांनी सोबत जायचं ठरवलं . अदितीची आई सिद्धीचे खूप लाड करायची. त्यांना सिद्धीचं फार कौतुक असायचं. त्या तिला आपली मुलगी समजायच्या . दुसऱ्या दिवशी चार पाचच्या सुमारास सिद्धी आणि अर्जुन दोघेही अदितीच्या घरी जाण्यास निघाले .तसा जेवणाचा बेत संध्याकाळचा होता पण त्या दोघांशी गप्पा मारण्यासाठी अदितीच्या आईने मुद्दामच त्यांना लवकर बोलावलं होतं .

"या बसा, कशी आहेस ग माझी सिद्धी ?" दोघांसाठी पाणी घेऊन आलेल्या अदितीच्या आईने त्यांची विचारपूस केली .

"अर्जुन तू ही कसा आहेस रे ?"

"हो काकू ठीक आहोत आम्ही ". अर्जुन ने उत्तर दिलं .

"तुम्ही कश्या आहात काकू ?"पाण्याचा ग्लास खाली ठेवत सिद्धीने विचारलं .

"मला काय होतंय एकदम मस्त आहे मी ".

"अदिती कुठे आहे ?" आजूबाजूला नजर टाकत सिद्धी म्हणाली .

"आहे की आत तुम्ही आल्याच सांगितलं आहे येईल "

.

"आणि अक्षता ?"

"ती गेली असेल बाहेर हुंदरायला".काकूंच्या या बोलण्यावर दोघांनाही हसू येत .

"बरं बसा तुम्ही बोलत . मी जरा माझं काम आवरून येते तुमच्याशी गप्पा मारायला ."अस बोलून काकू त्यांच्या कामाला लागल्या . काकू जाताच अदिती बाहेर आली.

"काय करत होतीस ग आत? कधीचे आलोय आम्ही ." तक्रारीच्या सुरात अर्जुन ने विचारलं .

"अरे आज उठायला उशीर झाला ,मग अंघोळीला पण उशीर झाला. आईने आधीच कपडे धुवून टाकले होते आणि मला म्हणाली की उशिरा उठायचं असेल . तर स्वतःचे कपडे स्वतःच धुवा. तेच धुवून आले आत्ता."

अदितीच्या या अवस्थेवर सिद्धी आणि अर्जुन ला खूप हसू आलं .तिघे जण बराच वेळ गप्पा मारत बसले होते . काकूंनी आवाज दिला म्हणून मग अदिती आईला कामात मदत करायला गेली .

"सिद्धी मला तुला काही विचारायचं होत ".हॉल मध्ये दोघेच बसलेले असताना अर्जुन सिद्धीला परवानगी मागत होता .

मग विचार ना काय विचारायच आहे ते?

"मला हे विचारायचं होत की तू निलेश सोबत खूष तर आहेस ना ?".कसं बस अडखळत अर्जुन ने त्याच्या मनातील शंका सिद्धीसमोर व्यक्त केली . पण सिद्धीला मात्र या प्रश्नाने चकित करून टाकलं .तिनं असा कधी विचारच केला नव्हता की अर्जुन तिला अस काही विचारेल.

"तू हे आज अचानक का मला विचारतोयस?".

"काही नाही सहजच मला वाटल तुला विचारावं .खरं काय आहे ते जाणून घ्यावं .

"हा म्हणजे मला त्याच्याकडून काही त्रास होत नाही ."

"आणि तुझं त्याच्यावर प्रेम आहे का ?हे बघ तू अस काही समजू नकोस की मला तुमच्या नात्याबद्दल मला काही त्रास होत आहे . हें बघ तू माझी बेस्ट फ्रेंड आहे म्हणून तुला विचारतोय ."

"हो त्याच माझ्यावर प्रेम आहे म्हणजे माझ ही त्याच्यावर आहे ".

"त्याच तुझ्यावर प्रेम आहे म्हणून तुझं त्याच्यावर प्रेम आहे असं नसत ग सिद्धी ."

"ते काहीही असू देत आपण या विषयावर नंतर बोलू ".

सिद्धी पूर्णपणे गोंधळली दिसत होती . आणि तिची या विषयावर बोलण्याची ईच्छा नाही म्हंटल्यावर अर्जुन ने ही विषय पुढे वाढवला नाही.

रात्री अक्षता च्या थुकरट विनोदांवर मेजवणीचा बेत उत्तम रंगला . आपले विचार ,आपल्या भावना आपल्या जीवलगांबरोबर वाटून घेतलं की एक समाधान वाटत नाही का ?

त्या दिवशी सिद्धीची आजी गावावरून मुंबईला आली होती . तेव्हा सिद्धीची खुप चिडचिड झाली .तिचं आणि तिच्या आजीचं फारसं जमत नसे . तिची आजी तिच्या आईला सारखे बोल लावत असे . अर्थात काही चूक झाली की त्या बोलायच्या .ते मात्र सिद्धीला अजिबात आवडायचं नाही .मग रागाच्या भरात सिद्धी आजीला उलट बोलून जायची आणि मग आज्जीला उलट बोलते म्हणून आई बाबांचा ओरडा खायची.आज्जीमुळे बऱ्याचदा तिला ओरडा खावा लागला होता . संध्याकाळ झाली होती . त्यात सिद्धी सारखी चिडचिड होत होती . डोकं शांत करण्यासाठी म्हणून सिद्धी गच्चीवरती गेली .बराच वेळ ती एकटक ती चंद्राकडे बघत बसली होती. तोच कसला तरी आवाज झाला . सिद्धीने मागे वळून पाहिलं तर तो निलेश होता . पाण्याच्या टाकीवरून त्याने खालच्या गच्चीवर उडी मारली . निलेश ला अस पाहून सिद्धी क्षणभर दचकली . निलेश सिद्धी जवळ गेला .

"तू वरती काय करत होतास ?".

"काही नाही असच बसलो होतो वरती.तू कशी काय आज वर ?"

"हं ते मी ही असचं आले होते. पण तुला काहीतरी जळल्यासारखा वास येतोय का ?खूप घाण आहे हा वास ."

"अं हा ते इकडच्या गॅरेज मध्ये टायर वैगेरे जाळलं असेल त्याचाच हा वास असेल ते जाऊ देत तुमच्याकडे आज्जी आली आहे ना तुझी ?कश्या आहेत त्या ?"बोलताना अडखळत निलेश विषयाला वळणं देत म्हणाला .

"तिला काय होतंय .चांगली आहे ती .बरं जाते मी .बराच वेळ झाला मला वरती येऊन .जाते नाहीतर आई वेद ला पाठवेल मला बोलवायला."

"हो हो जा ."अस म्हणत निलेश ने सुटकेचा नि:श्वास सोडला .

सिद्धी गच्चीवरून खाली आली .निलेशला सिगारेट आणि बियर प्यायची सवय होती रोज नाही पण तो बऱ्याचदा या गोष्टींचे सेवन करायचा आणि सिगारेट ओढण्यासाठी तो गच्ची वर यायचा त्याच्या दादाला कळू नये म्हणून .जायचं त्यावेळी निलेश सिगरेट ओढली होती आणि तो सिद्दीशी खोट बोलत होता. अर्जुन ला त्याच्या या सवयी बद्दल माहित होत . पण निलेशच म्हणाला होता की ते हे सगळं सोडून देईल .म्हणून अर्जुनने ही सिद्धीला या बाबत काही सांगितलं नाही . कोणतेही व्यसन हे वाईटच . खूप आधी पासून साधुसंत ,ज्ञानवंत लोक आपल्याला वाईट सवयीनंपासून वंचित राहायला सांगतात . व्यसनाचे दुष्परिणाम माहीत असूनही लोकं त्यांचं सेवन करतात आणि आपला लाखमोलाचा जीव गमावून बसतात. एखाद व्यसनं फक्त त्या व्यसन करणाऱ्या व्यक्तीतचे प्राण घेऊन जात नाही .सोबतच ते कित्येक नात्यांचा ,बंधनाचा,इच्छांचा तर स्वप्नांचा देखील प्राण घेऊन जातात .त्यामुळे वेळीच आपण सावध झालं पाहीजे . तारुण्यात मनावर ताबा मिळवायला हवा.

ते पावसाळ्याचे दिवस होते . सगळीकडे हिरवाई ने नटलेले निसर्गाचं सौंदर्य बहरल होत . आणि असचं काहीस सिद्धी नाही निलेश च प्रेम बहरत होत . घरी जात असताना जोरदार पाऊस आला. अर्जुन आणि सिद्धीचं प्रेम बहरत होत . ,शाळेतून घरी जात असताना जोरदार पाऊस आला . अर्जुन आणि सिद्धी पावसात अडकले . त्यांच्या जवळ छत्री असून देखील तिचा काही उपयोग झाला नाही . पावसाच्या आणि

वाऱ्याच्या वेगाबरोबर छत्री नृत्य करत होती . त्यामुळे अर्जुन ,सिद्धी पूर्णपणे भिजलेले होते .त्यात पावसाचा मार ही लागत होता म्हणून ते एका कित्येक वर्षे पडीक असलेल्या घराच्या आडोश्याला गेले . तिथे आधीच दोन तीन लोक आडोश्याला बसली होती . सिद्धीच्या अंगात खूप थंडी भरली होती . थंडीने ती कुडकुत होती . तिला कुडकूडताना पाहून जाऊन सिद्धीला कुशीत घ्यावं असा बऱ्याचदा अर्जुन च्या मनात विचार येऊन गेला .पण तो मित्राच्या मर्यादेत अडकला होता .दोघे जण पाऊस बंद होणाची वाट पाहु लागले .पण पाऊस काही विश्रांती घेण्याचं नाव काही घेत नव्हता . तोच त्यांना गाडीवरून निलेश येताना दिसला .

मी जिथे असते तिथेच हा कसा काय येतो .? निलेश ला पाहून सिद्धीच्या मनात विचार आला . गाडी लावून निलेश आडोश्याला जातो . अर्जुन आणि सिद्धीला तिथे पाहून तो खूप आनंदाने आश्चर्यचकित झाला .

"अरे तुम्ही दोघे पण इथे? पावसात अडकला की काय ?". निलेशने शर्ट झटकट विचारले .

"हो बघ तर केव्हाचं थांबलोय इथे हा पाऊस काय थांबायचं नाव घेत नाही . तू कुठे जात होतास ?" अर्जुन ने विचारलं .

"अरे रूम वरच जात होतो पण पासून खूपच वाढला म्हणून आडोश्याला आलो ."निलेश जरी पावसामुळे आडोश्याला आला असला तरी त्याला सिगारेट ओढण्याची तीव्र इच्छा झाली होती आणि म्हणून तो आडोश्याला आला होता .

निलेश सिद्धी जवळ गेला .

"सिद्धी चल आपण फिरून येऊया ".

"पाऊस पडतोय कुठे फिरणार आत्ता?".

"अग या घराच्या पाठीमागे खूप छान हिरवळ आहे . मी आणि माझे मित्र इथे सारखे येत असतो .चल तू पण बघ . तुला ही आवडेल ."

सिद्धीने क्षणभर विचार करून अर्जुन ला ही येण्यास आग्रह केला .

"अर्जुन तू ही चल".

सिद्धीच्या एका आवाजावर अर्जुन तिच्यासोबत जायला तयार होता. तोच निलेश त्याला ईशाऱ्याने सोबत नको येऊं म्हणून खुणावतो .

"नको मी नाही येत तुम्ही दोघेच जावा ". अर्जुन ना खुश होऊन म्हणाला .

"अरे अस काय करतोयस ? इथे थांबून काय करणार आहेस ?चल ना तू पण ."

"नको अग उभा राहून माझे पाय दुखायला लागले मी बसतो इथे तुम्ही जा ".

"अर्जुन अरे चल ".निलेश ने ही त्याला विचारण्याचं नाटक केलं ."

सिद्धीला ही अर्जुन सोबत असावा असं वाटत होतं पण खूपदा विचारून ही अर्जुन तिच्यासोबत गेला नाही .

निलेश ने सांगितल्याप्रमाणे घराच्या मागची बाजू खूप सुंदर होती . मोठ्मोठी झाडे , फुलझाडे सगळंच खूप सुंदर होत . सिद्धी पाने , फुले बघण्यात दंग झाली .तोच पाठमोऱ्या सिद्धीला निलेश ने मिठी मारली . तशी सिद्धी खूप घाबरली .

"निलेश हे काय करतोयस तू ?" थरथरत्या आवाजात सिद्धी म्हणाली .

"तुला थंडी वाजतेय ना म्हणून कुशीत घेतलं आत्ता तुला बरं वाटेल ".

त्यावेळी सिद्धी ला थोडं का होईना पण निलेशच्या कुशीत उबदार वाटतं होत .नंतर सिद्धीने निलेश लस तिच्यापासून दूर केलं . तिच्या हृदयात धडधड वाढू लागली होती . निलेश पुन्हा सिद्धी जवळ गेला आणि तिला स्वतः जवळ ओढून घेतलं .

सिद्धी आपण दोघे दोन वर्षांपासून एकमेकांच्या सोबत आहोत . आत्तापर्यंत आज जितका मी कधीच तुझ्या जवळ आलो नाही .आत्ता या क्षणाला तरी मला अजून तुझ्यापासून दूर राहता येणार नाही . अस बोलून निलेश ने सिद्धीला किस केलं . तिला निलेश पासून दूर जायचं होतं .पण यावेळीं निलेश ची पकड घट्ट होती . शेवटी काशी बशी ती निलेश पासून दूर झाली . सिद्धी अस्वस्थ झाली होती . निलेश च्या या वागण्यावर काय बोलावं ते तिला सुचनास झालं . तेच पाऊस कमी झाल्याचं तिच्या लक्षात येताच ती तिथून त्वरित अर्जुनकडे आली .निलेश पाठीमागून आवाज देत होता पण तिने त्याच्याकडे जरासुद्धा लक्ष दिलं नाही .

"आलीस तू हे काय मी आत्ता तुला बोलवायलाच येत होतो ". सिद्धी त्याच्या दिशेने येताना ओहून अर्जुन म्हणाला .

"चल , लगेच इथून जाऊया ".

"आणि निलेश ?" सिद्धीच्या पाठीमागे निलेश ला शोधत अर्जुन म्हणाला .

"तो येईल नंतर आपण आधी इकडून जाऊया ".अस सिद्धी अर्जुन ला तिकडून घेऊन गेली .

दोघे जात असतानाही निलेश सिद्धीला थांबण्याचा प्रयत्न केला .पण त्यात तो अयशस्वी ठरला . पण स्वनिल ला काहीतरी समजलं होत .

4

अंथरुणात पडल्या पडल्या सिद्धी निलेश च्या वागण्याचा विचार करत होती . जरी तिला त्यावेळी निलेश च्या वागण्याचा खूप आला असला तरी आत्ता तिला तो सगळा प्रकार आवडू लागला होता . तिच्या मनात असंख्य भावनांच्या लाटा उसळत होत्या . निलेश ला आठवून ती लाजत होती . गालातल्या गालात हसत होती . सिद्धी निलेश एवढी कोणाच्याच एवढी जवळ गेली नव्हती .यी काहीतरी खास , काहीतरी वेगळं अनुभव करत होती .निलेश च्या विचारांत सिद्धी तशीच झोपी गेली .

सकाळी सिद्धी आणि अर्जुन शाळेच्या दिशेने निघाले होते . अर्जुन ला सिद्धीमध्ये काहीतरी वेगळा बदल जाणवत होता . त्याला समजलं होत की सिद्धी आज भलतीच खुश आहे .पण तिच्या कालच्या आणि आजच्या वागण्यात खूप फरक आहे .हे अर्जुन ला जाणवलं होतं. पण उगाच कशाला कालच्या वागण्याबद्दल विचारून पुन्हा तिला दुःखी करायचं म्हणून कालच विषय काही त्याने सिद्धी समोर काढला नाही .

संध्याकाळी दोघेजण शाळेतून परत आले .दिवसभर सिद्धी आनंदीत आणि उत्साहीत दिसत होती . आपण तिला आनंदच कारण विचारल्यावर ती आपल्याला काही सांगेल का ? आणि जरी सांगितलं तर ती खरं सांगेल का ?

या प्रश्नांनी अर्जुन असमंजस मध्ये पडला . आणि शेवटी त्याने तिला काही विचारलंच नाही .रात्री निलेश ने अर्जुन ला त्याच्या रूमवरती बोलवून घेतलं . तो नक्कीच काल काय घडलं त्या बद्दल बोलणार

असेल असा अंदाज अर्जुन ने बांधला आणि तो खरा ही ठरला . निलेश ने काल घडलेला सगळा प्रकार अर्जुन ला सांगितला .तेव्हा कुठे सगळ्या गोष्टी अर्जुन च्या ध्यानात येऊ लागल्या .आत्ता तो सिद्धीच्या बाबतीत निश्चिंत झाला . आजच्या सिद्धीच्या वागण्यावरून त्याच्या मनातला संशय दूर झाला होता .त्याला समजलं होत की सिद्धी च ही निलेश वर आत्ता प्रेम आहे . त्याने निलेश ला ही सांगितलं की सिद्धी तुझ्यावर चिडली नाही . तिच ही तुझ्यावर प्रेम आहे . हे ऐकून तर निलेशच्या आनंदाचा परच उरला नाही . आत्ता तो मुक्तपणे सिद्धीसोबत आयुष्याची स्वप्ने रंगवू लागला .

5

सिद्धी आणि निलेशचे हळू हळू सूर जुळू लागले होते . वेळ मिळाला की तो गच्चीवर भेटायचे ,बाहेर कुठेतरी फिरायला जायचे . पुढच्या काही दिवसांत सिद्धीच्या शाळेत वार्षिक स्नेहसंमेलन आयोजिण्यात आलं होतं . सिद्धीने या ही वर्षी त्या मध्ये भाग घेतला होता .खास करून निलेश शी बोलल्यानंतर ती खूप उत्साहीत होती . या ही वर्षी निलेश तिचा डान्स बघायला येणार होता . खरं हो मागच्या वर्षी आला होता लन तेव्हा त्याच सिद्धीला आवडलं नव्हतं . पण आज ती त्याच्याच साठी डान्स करणार होती . शाळेत लवकर जाण्यासाठी तिनं आईबाबांकडे एकसारखा तगादा लावला होता . त्यातच तिच्या आजीला ही तिचा डान्स बघायचा होता . आणि सिद्धीची इच्छा होती की आईने तिचा डान्स बघायला यावं . पण साक्षी ची तब्येत त्या वेळी जरा खराब होती .म्हणून तिच्या आईला साक्षी जवळ बसणं भाग होत .

म्हणून मग सिद्धीसोबत तिची आजी ,तिचे बाबा,आणि तिचा लहान भाऊ जाणार हे ठरलं .आई ऐवजी आजी येणार म्हणून तिचं मन खट्टू झालं .

वेळेनुसार सगळे जण शाळेवर पोहचले पण कार्यक्रमाची तयारी अजून चालूच होती . आजी बाबांना त्यांच्या जागेवर बसवून सिद्धी स्टेज च्या मागे गेली . तिच्या डान्स ग्रुप कडे . सगळीकडे नुसता गोंगाट कानी ऐकू येत होता . सगळे जण ट्रूथ आणि डेअर खेळत होते . सिद्धी येताच सगळे तिचं कौतुक करू लागले .सिद्धी घरूनच तयार होऊन आली होती . सिद्धी खूप सुंदर दिसत होती . वयानुसार तिचं सौंदर्य

सुद्धा निखारत होत . सगळ्यांनी तिला ट्रूथ आणि डेअरखेळण्यासाठी आग्रह केला . अर्जुन ही तिथेच होता .नेहमी प्रमाणे सिद्धीला पाहून तो घायाळ झाला होता .पुढे त्यांचा खेळ सुरू राहीला . सगळे जण गोल करून बसले होते . त्यांच्या पुढ्यात पाण्याची रिकामी बाटली होती . बाटलीचे तोंड त्याच्यासमोर येईल ट्रूथ आणि डेअर निवडण्याचा त्याचा नंबर . आणि मग ज्याला जे जे टास्क दिले जातील त्या त्या व्यक्तींनी ते पूर्ण करायचे . एक एक करत प्रत्येकावर नंबर येत होता . त्यातच सिद्धी वर ही नंबर आला . सिद्धीला ट्रूथ आणि डेअर निवडण्यास सांगितलं असता ती ट्रूथ निवडते . आत्ता तिला कोण प्रश्न विचारणार या वरून सगळ्यांच बोलणं असत तोच अर्जुन तिला प्रश्न करतो .

"मी जर तुला प्रपोज केलं असत तर तुझं काय उत्तर असत ?" अर्जुन ने त्याच्याही नकळत बोलून गेला .

"तर काय मी हो म्हणाले असते ". सिद्धीने क्षणाचाही विलंब न करता त्याला होकार दिला .

सिद्धीचा होकार ऐकताच सगळे जण अर्जुन ला चिडवू लागले . अर्जुन ही गालातल्या गालात लाजू लागला . सगळीकडे नुसता एकच गोंधळ सुरू झाला आणि सिद्धीच्या मनातही ."मी अस कसं अर्जुन ला हो बोलून गेले ?" या विचारांनी ती बुचकळ्यात पडली. कार्यक्रम थोड्या वेळाने सुरू होणार होता .सगळे जण आपआपली उरली सुरली तयारी करत होते . अर्जुन सिद्धीकडे गेला . निलेश बाहेर कुठे बसलाय ते त्याने सिद्धीला सांगितलं .

सिद्धीचं काही तरी बिनसल आहे हे त्याला समजल होत . पण कार्यक्रम सुरू होणार होता आणि आत्ता बोलण्याची ही योग्य वेळ नाही हे त्याने जाणले .त्यामुळे तिच्या अस्वस्थ असण्यावरून अर्जुन तिला काही बोलला नाही .कार्यक्रम आत्ता सुरू होईल तू तयार राहा एवढं बोलून तो तिथून निघून गेला .

सिद्धीला स्वतःचाच राग येऊ लागला होता . तिला के होतंय हे तिला समजायचं नाही .निलेश सोबत राहताना अर्जुन चा विचार करणं हे चुकीच आहे . हे तिला माहीत होतं आणि आपण अर्जुन चा विचार केला त्यामुळे त्याचा तिला खूप त्रास झाला .

कार्यक्रम झाल्यानंतर अर्जुन ने तिला उदास असण्याचं कारण ही विचारलं होत पण तीन त्याला उत्तर देण टाळलं आणि तिथून काढता पाय घेतला . दरवर्षी प्रमाणे या ही वर्षी सिद्धीचा डान्स खूप छान झाला . शाळेतील वर्गशिक्षक ,नातेवाईक ,शेजारी सगळे जण सिद्धीचं कौतुक करायचे जे सिद्धीला खूप आवडायचं. थोड्या दिवसांनी सिद्धीच्या परीक्षाही संपल्या नी ती दहावी मध्ये गेली . दहावीमध्ये पण ती ट्युशन लावणार होती . ट्यूशन पंधरावीस दिवसांनी लगेच सुरू होणार होते .दहावीच्या वर्षांमध्ये ती अजिबात गावाला जाणार नव्हती . त्यामुळे आत्ताच मिळालेल्या सुट्टीत तिने आजोबांकडे जाण्याचं ठरवलं .जाण्यापूर्वी ती अर्जुन ला भेटली आणि मी आजोबांकडे जातेय एवढा निरोप निलेश ला दे एवढं बोलून ती बाबांबरोबर गावाला निघून गेली . दुसऱ्या दिवशी सिद्धीला तिच्या आजोबांकडे सोडून तिचे बाबा परत मुंबई ला निघून गेले. इकडे अर्जुन ने सिद्धीचा निरोप निलेश ला दिला होता . पण तरीही तो सिद्धी वरती चिडला होता .जाताना सिद्धी अर्जुन ला भेटली आणि मला नाही यावरून तो मनात राग धरून बसला होता .

सिद्धीला तीच आजोळ खूप आवडायचं . अंगण वाडी ते पाहिलीपर्यंत ती गावालाच शिकली होती .त्यानंतर तीच कुटुंब मुंबई ला राहायला गेलं . सिद्धीचे आजोबा सेवानिवृत्त जवान होते . लष्करात असताना त्यांनी बऱ्याच कामगिरी फत्ते केल्या होत्या .आत्ता ते घरची शेती करत होते . सिद्धीच्या वडिलांचं गावाकडच घर खूप छोटं होत .आणि तिथे तिच्या आज्जीशिवाय कोणी राहत ही नव्हतं.आणि आत्ता तर तिची आजीही मुंबई ला गेली होती. तिकडे सिद्धीची कोणी मैत्रिण देखील नव्हती .त्यामुळे सिद्धीला वडिलांच्या घरी जायला फारस आवडायचं नाही .

तिचा कल नेहमी तिच्या आजोबांकडे आईच्या बाबांकडे असायचा . तिच्या आजोबांच्या घरामागून एक नदी वळण घेऊन पुढे वाहत जायची . पहाटे पहाटे सिद्धीच्या आजोबांचा सुरू होणारा फेरफटका नदीच्या किनाऱ्यावर संपायचा . नंतर ते तिथेच थोडा वेळ प्राणायम ,व्यायाम करून नदीत अंघोळ करून परत घरी यायचे . सिद्धी गावी गेली की ती ही आजोबांबरोबर फेरफटका मारायला जायची .मुंबई च्या प्रदूषणात

हरवलेली शुद्ध हवा ती इथे अनुभवायची . पहाटेच्या गारव्यात ती बोचणारी हवा , अंगावर येणारा शहारा ,पक्ष्यांचा किलबिलाट आणि अंधारी रस्ता .हे सगळं सिद्धीला खूप आवडायचं .सिद्धीचे दोन दोन्ही मामा शहरात नोकरी करत होते . आणि तिला एक मावशीही होती जिचं लग्न झालं होतं . सिद्धी एक आठवडा भर आजोबांकडे राहिली आणि नंतर तिची आत्या सिद्धीला तिच्या घरी घेऊन गेली . सिद्धीला तिच्या आत्याकडे जायला अजिबात आवडायचं नाही . तिची आत्या ,काका , आते भाऊ सगळे चांगले होते . पण आत्याच्या मुलीचं आणि सिद्धीचं कधीच पटायच नाही . तिचं नाव योगिता .ती सिद्धीहुन तीन वर्षांनी मोठी होती . सिद्धी हुशार ,देखणी ,समजूतदार असल्यानं सगळे तीच कौतुक करायचे आणि हे योगितला कधीच आवडायचं नाही .ती सतत कोणत्या ना कोणत्या कारणावरून सिद्धीशी हुज्जत करत असे . म्हणुन मग ती सिद्धीला कधी आवडलीच नाही .

सिद्धीचा आतेभाऊ प्रशांत आणि सिद्धीचं एकमेकांशी खूप छान जुळायच . तो सिद्धीहून लहान होता .सिद्धी त्याला अभ्यासात मदत करायची . त्याच्यासोबत ती गप्पा मारायची ,बाहेर फिरायला जायची .आणि त्यानं सारखा दिदी दिदी म्हणून लावलेला तगादा सिद्धीला खूप आवडायचं . या आठ दहा दिवसांत सिद्धीला तसा निलेश चा विसरच पडला होता . सिद्धीला बाबांचा फोन आला . "तुझे ट्युशन सुरू होणार आहे तुला मुंबई ला परत घ्यायला येतो ". असा त्यांचा संदेश होता . सिद्धीने ही बॅग भरून तयारच होती . दुसऱ्या दिवशी ते पुन्हा मुंबई ला रवाना झाले

6

सिद्धी दहावीला गेली होती . दहवीसाठी ती खूप उत्साहीत होती . तिला पुढे विज्ञान शाखेत अँडमिशन

घ्यायचं होत.डॉक्टर बनायचं सिद्धीचं स्वप्न होत आणि त्या साठी खूप मेहनत करायची अशी तिनं तिच्या मनाशी गाठ बांधली होती . ट्युशन साठी काही वह्या तिला लागणार होत्या त्या खालच्या दुकानातून घेऊन ती परत जायला निघाली . समोरच्या जिन्यातून निलेश गडबडीने खाली उतरताना तिला दिसला . सिद्धीला समजलं होत की तो तिच्याकडेच येतोय .सिद्धीला थोडी भीती वाटत होती .गावाला जाताना आपण याला भेटून गेलो नाही त्यामुळे तो आत्ता चिडला असणार याची तिच्या मनात भीती होती . निलेश तिच्यासमोर येऊन उभा ठाकला . त्याला जवळ पाहून सिद्धीची धडधड वाढू लागली .

"कशी आहेस?" बाह्यांच्या वरती घड्या घालत निलेश सिद्धीच्या विचारपूस करण्याच्या सुरात म्हणाला .

"हं बरी आहे मी , तू कसा आहेस ?"

"मी नाही बरा".

अं का ? काय झालं ?

"तू गावाला मला सांगून का गेली नाहीस ?अर्जुन ने मला सांगितलं तू गावाला गेल्याच .मला एकदा भेटून जायला हवं होतं तू".

"अरे जाताना खूप गडबड झाली . आणि इतक्या कमी वेळेत आपण कसे भेटणार होतो ? म्हणून तर अर्जुन जवळ निरोप दिला ."सिद्धीच्या

मनातील शंका खरी ठरली . निलेश तिच्यावर खूप चिडला होता .

"हे बघ सिद्धी हे पाहिलं आणि शेवटचं .या पुढे तू अस वागलेलं मला आवडणार नज खरं तर ते मला चालणार नाही ".

"अं हं मी लक्षात ठेवेन ." दोन क्षण त्यांच्यामध्ये शांतता पसरली .

"ट्युशन कुठे लावणार आहेस ?"

"त्या कोपऱ्यावरच्या ट्युशन क्लास मध्ये ."

"आणि तो अर्जुन लावणार आहे का ट्युशन ?"

"अं काही माहीत नाही . मला काही बोलला नाही तो . मी जाऊ का मला उशीर होतोय ?"

"हा जा. ते ट्युशन कधी पासून सुरू होणार आहेत? त्यांचा टाईम काय आहे ?"

"उद्यापासून सव्वा पाच ते सात ". एवढं बोलून सिद्धी तिथून निघून गेली .

सिद्धी अर्जुन च्या घरी गेली जिथे तिला समजत की अर्जुन ट्युशन नाही लावणार हे ऐकून ती जरा अस्वस्थ झाली . अर्जुन तिचा बेस्ट फ्रेंड होता त्यामुळे ती सतत तिच्यासोबत असावा असं सिद्धीला वाटायचं. तशी सिद्धी खूप खंबीर होती . पण अर्जुन सोबत असला की तिला खूप बरं वाटायचं .

सिद्धीचं ट्युशन सुरू झालं . तिच्या परिसरातील काही मुलं होती तिथे ,तर काहीजण वेगवेगळ्या परिसरातील .

पाहताच क्षणी सिद्धी सगळ्यांना हुशार वाटायची अर्थात ती होतीच . म्हणून मग ट्युशन मधील मुलं मुली सिद्धीशी ओळख करून घेत होते .त्यातले काहीजण गुजराती ,तमिळ पण होते .कुमार मेहता म्हणून सिद्धीचे ट्युशन चे सर होते . ते विज्ञान आणि गणित शिकवायचे .ते खूप छान शिकवतात अशी परिसरात त्यांची ओळख होती .

थोड्या दिवसांनी सिद्धीची शाळा ही सुरू झाली . दहावीच्या पहिल्याच दिवशी सिद्धीला तिच्या बाबांनी सक्त बजावलं होत . दहावीमध्ये तुला चांगले मार्क्स हवेत सिद्धी . पुढे आपलं स्वप्न काय आहे तुला माहितेय ना . त्यामुळे फालतू गोष्टींना अजिबात स्वतःचा वेळ द्यायचा नाही . बाबांचं हे बोलणं सिद्धीला ही पटलं होत .

सिद्धीने अभ्यासात स्वतःला पुर्णपणे झोकून घेतलं . ती तिचा खूप कमी वेळ इतरत्र गोष्टींमध्ये वाया घालवू लागली . कधी अभ्यासाचा कंटाळा आला तर विरंगुळा म्हणून अर्जुन सोबत बाहेर फिरायला जायची आणि जाता जाता त्याला अभ्यासातील काही सांगत जायची . तिच्या या सगळ्या अभ्यासात नेहमीप्रमाणे निलेश कडे दुर्लक्ष होत असे .

एके संध्याकाळी निलेश सिद्धीच्या ट्युशन क्लास वरती तिला भेटायला गेला .सिद्धीचा क्लास सुरू होता म्हणून तो क्लास सुटण्याची वाट पाहू लागला . पण क्लास सुटायला आणखी वेळ आहे हे त्याच्या लक्षात आल्यानंतर तो क्लास च्या खिडकीजवळ गेला आणिमी आत येईन अस सिद्धीला ईशाऱ्याने खुणावू लागला .सिद्धी त्याला जायला सांगत होती पण निलेश ने तीच काहीही न ऐकण्याचंच ठरवलं होतं . निलेश आत येईल या भीतीने सिद्धीने सरांना वॉशरूम ला जाते असे सांगून ती निलेसब कडे गेली . तिला निलेश चा खूप जास्त आला होता . पण तो चिडलेलाच दिसत होता . त्यामुळे तिने त्याला कसलाही जाब विचारला नाही .

"काय काम आहे तुझं ?". सिद्धी कोणी ओळखीचं आजूबाजूला दिसत नाही ना याची खात्री करत निलेश ला म्हणाली .

"काय काम आहे म्हणजे ?काय चालवल आहेस तू ? तुझं ट्युशन सुरू झाल्यालासुन आपण धड एकमेकांना भेटलो पण नाही फक्त येता जाता काय एकमेकांचे चेहरे दिसतात इतकंच. मला तुला भेटायचं होत पण आधी सारखी तू एकटी भेटतच नाही म्हणून इथे आलो ". तो सिद्धी वर किती चिडला आहे हे त्याच्या बोलण्यातून समजत होत ."

तो बोलत असताना ही सिद्धी एकसारखी आजूबाजूलाच बघत होती .

काय चाललंय तुझं ? बोल काहीतरी ? अस म्हणत निलेश तिच्यावर ओरडला .

"तू क्लास संपेपर्यंत थांबतोस का ? आत्ता आपल्याला नीट बोलता ही येणार नाही .उशीर झाला तर सर मला ओरडतील . तुझं काय काम असेल तर ते करून घे आणि क्लास सुटण्याच्या वेळेत परत ये . आत्ता मी जाते " असे बोलून सिद्धी क्लास मध्ये आली . तिच्या सरांनी तिला

निलेश सोबत बोलताना पाहिलं होतं पण तेव्हा ते सिद्धी काही बोलले नाही .

अखेर ट्यूशन क्लास सुटला आणि सिद्धी तडक निलेश कडे गेली .

"चल बस ". निलेश त्याची गाडी स्टँड वरून काढत सिद्धीला बसायला सांगत होता .

"का ? म्हणजे गाडीवरून कुठे जायचं आत्ता ? "

" मग काय आपण इथेच बोलत उभं राहायचं आहे का? इथे आपल्या ओळखीचे लोक आपल्याला बघतील ना .स्कार्फ बांध आणि गादीवर बस दुसऱ्या ठिकाणी जाऊया ".

"अरे पण माझी सायकल आणि आत्ता अंधार देखील होत आहे आपण उद्या बोलूया का ?

"उद्या नाही आत्ताच ,बस पटकन सिद्धी ".निलेशचा आवाज चढला .

तशी सिद्धी स्कार्फ बांधून गाडीवर बसली .तिथून ते एका चायनीच हॉटेल मध्ये गेले .सिद्धीला चायनीज आवडत म्हणून निलेश तिला तिथे गेला . जेवनाची ऑर्डर देऊन ते दोघे जण शांत बसून होते . सिद्धीच्या मनात अजूनही भीती धुसमत होती . शेवटी निलेशनेच शांततेचा अंत केला .

"सॉरी सिद्धी मी माघाशी तुझ्याशी अस वागायला नको होत . पण मी तरी काय करू आपली भेटच होत नव्हती .त्यामुळे मी खूप अस्वस्थ आणि चिडचिडा झालो ग .मला कळतच नव्हतं मी काय करतोय ते . "

"हा मी समजू शकते ते दहावी आहे ना आत्ता त्यामुळे अभ्यासाचा खूप ताण आहे . म्हणून मग मी जास्त वेळ वाया घालवत नाही ."

"हा ते तुझं बरोबर आहे . तुला खूप अभ्यास असतो मग आपण भेटायचं कधी ?" तेवढ्यात त्यांची ऑर्डर येते . दोघेजण चायनीज वरती ताव मारत असतात तेवढ्यात सिद्धीच्या डोक्यात एक विचार येतो व ती निलेश ला बोलून दाखवते .

" हे बघ आपली भेट होत नाही एवढंच तुझं म्हणणं आहे ना ? तर मग आपण एक काम करू शकतो .हे बघ नी नऊ वाजता झोपते आणि रात्री एक ला उठते अभ्यास करायला . तेव्हा दोन किंवा अडीच वाजता आपण

गॅलरीत जाऊन बोलू शकतो . रात्री सगळेच गाढ झोपलेले असतात आणि जरी घराबाहेर कोणी आलाच तर मी सांगेन की अभ्यास करत होते .झोप येत होती म्हणून जरा बाहेर आले आणि तू तुझ्या रूम मध्ये जात जा किंवा जिन्यात लपत जा .झालं तर मग ".

निलेश काळजीपूर्वक सिद्धीचं बोलणं ऐकत होता.यावर सिद्धीला काय प्रतिक्रिया द्यावी हे त्याला समजेनास झालं . सिद्धीच्या सारख्या मुलीच्या डोक्यातून एवढी सुपीक आयडिया बाहेर येण हे त्याच्या साठी अगदीच अनपेक्षित होत .

"सिद्धी सिरियसली हे तू बोलतेयस?आणि ही आयडिया ही तुझीच आहे ? माझा तर विश्वासच बसत नाही .म्हणजे हे बघ तू आत्ता मी तुला क्लास च्या बाहेर भेटायला आलो म्हणून किती चिडली होतीस .आणि आत्ता आपण बिल्डिंग मध्ये एकमेकांच्या रूम समोर भेटायला बोलावतेय. "

"हा मग क्लास च्या तिथे आपल्याला एकत्र कोणीतरी बघण्याची खूप दाट शक्यता आहे . आणि बिल्डिंग मध्ये आपणच शेवटच्या मजल्यावर राहतो . तिथे आमची एक रूम , तुमची एक , अर्जुनची , त्या शिंदे आणि राऊत काकूंची झालं . हे सगळे लवकर झोपतात ते थेट सकाळीच उठतात .त्यामुळे आपल्याला बोलता येईल म्हणून मी हे सुचवलं . "

"हा ते काहीही असू देत मला तुझ्याशी बोलता आलं , भेटता आलं म्हणजे झालं ."

"बरं तुझं झालं असेल तर मला ट्युशन जवळ सोड खूप उशीर होतोय ".

"हो हो चल".

बिल पे करून दोघे ट्युशन जवळ पोहचतात निलेश सिद्धीला तिथे सोडून पुढे निघून जातो नंतर सिद्धी सायलक वरून घरी जाते .घरी पोहचल्या पोहचल्या सिद्धीला आईचे प्रश्न तयारच होते .

"तुला घरी यायला आज एवढा उशीर का झाला ?"

"मित्रासोबत बाहेर फिरायला गेले होते ".सिद्धी पाठीवरील सॅक खाली ठेवत म्हणाली .

"काय ?"

"अगं ट्युशन मध्ये एका मैत्रिणीचा वाढदिवस होता त्याची पार्टी होती करत होतो . म्हणून यायला थोडा उशीर झाला ."

"अस होय कोणाचा होता ग वाढदिवस ?"

"अगं ती पलीकडच्या बिल्डिंग मधील आहे तुला नाही माहीत .बर मी हात पाय धुवून आले . "

सिद्धी तिच्या आई वडिलांशी थोडं थोडं करून खूप जास्त खोटं बोलू लागली होती . हे तिला समजत होत . आणि त्याहून जास्त त्यांच्याशी खोटं बोलल्याने तिला वाईट वाटतं होत .

दुसऱ्या दिवशी सिद्धीने कालचा सगळा प्रकार अर्जुनच्या कानावर घातला .अर्जुन ला सुरुवातीला खूप छान वाटत होतं की आत्ता निलेश आणि सिद्धीला भेटता येणार म्हणून त्याच बरोबर त्याला भीती ही वाटतं होती की ते दोघे रात्रीचे कोणाला बोलताना दिसले तर त्यांच काही खर नाही हे त्यानं हेरलं होत . तो त्याच्या मनातील शंका सिद्धीला बोलुन ही दाखवतो पण ट्युशन जवळ भेटण्यापेक्षा रात्रीच्या अंधारात भेटणं सिद्धीला खूप सोयीस्कर आणि सुरक्षित वाटत होतं .

7

दिवसामागून दिवस जात गेले आणि सिद्धी आणि निलेश रात्रीचे भेटू लागले . तरी सुद्धा निलेश अधून मधून एक दोनदा सिद्धीला भेटण्यासाठी ट्युशन क्लास वरती आला होता . तेव्हा निलेशचा सिद्धीला खूप राग यायचा . पण निलेश अस का वागतो याच कोड काही तिला सुटायचं नाही .

एके संध्याकाळी ट्युशन संपल्यावर सिद्धी घरी जाण्यासाठी तिच्या सॅक मध्ये सामान भरत असताना कुमार सर तिच्या जवळ गेले . सकाळी मुलं बाहेर जात होती . तीही घरी जायला निघणार तोच कुमार सरांनी तिला थांबायला सांगितलं .

"क्या हुआ सर ?"सिद्धी असमंजस मध्ये पडली .

"जी वो मुझे आपसे कुछ बात करणी थी ."

"हा बोलिए ना सर".

जी बात ये है की आप हमे बहोत अच्छी लगती हो बल्कि हमे आपसे प्यार है. बहोत दिनोंसे आपको केहना चाहते थे . पर कभी बया नही कर पाये आज हिंमत करके बोल रहे है."

"सर आप क्या बोल रहे हो?" सिद्धी विचारशून्य झाली .

"जी बिल्कुल सच केह रहे है हम . शादीशुदा नहीं है . हमे आपसे अलावा किसीं से भी प्यार नहीं हुआ ,हमने और किसीं के भी बारे में सोचा तक नहीं ."

कुमार सरांच तिच्याकडे विशेष लक्ष होत हे सिद्धीला माहीत होतं . ते तिच्याकडून जास्त अभ्यास करून घ्यायचे . सतत कोणती ना

कोणती गोष्ट तिला समजावून सांगायचे . मी हुशार विद्यार्थिनी आहे म्हणून ते माझ्यावर लक्ष ठेवून आहेत असा सिद्धीचा समज झाला होता .हे असलं काही सरांच्या मनात असेल याचा तिला कसलाच ठाणपत्ता नव्हता .

" सर आपने हमारे बारे में ऐसा कैसे सोच लिया . हमारे लिए ये सब फिजुल की बाते है ."

नहीं हमे पता है की आप छूट बोल रही हो .आप प्यार करती हो पर हमसे नहीं उस लडके से .हमने दोन तीन बार देखा है उसें आपकें साथ ."

"ठीक है आपको वैसे भी पता चल ही गया है उम्मीद करते है की इस बात पर आप दोबारा हमे परेशान नहीं करेंगे ."एवढ बोलून ती क्लास बाहेर पडते .

रात्री नेहमी प्रमाणे जेव्हा सिद्धी आणि निलेश दोघे बोलत असतात तेव्हा आज घडलेलं सगळं निलेश ला सांगावं अस तिला सतत वाटत होतं पण निलेश गरम डोक्याचा आहे तिला माहीत होतं . तो काहीतरी राडा करणार हे तिनं हेरलं होत .म्हणून त्याच्यासमोर गप्प बसणं तिनं योग्य समजलं .

दुसऱ्या दिवशी रविवार होता . तिच्या ट्युशन ला सुट्टी असायची . थोडा वेळ विसावा म्हणून सगळ्यांसोबत ती टी.व्ही बघत बसली . थोड्या वेळानंतर दरवाजाची बेल वाजली . साक्षी दरवाजा उघडते आणि समोरच्या व्यक्तीला पाहून सिद्धीला जोराचा धक्का बसतो . तिच्या घरी कुमार सर आले होते . म्हणजे या आधी ही कुमार सर तिच्या घरी आले होते पण ते तिचं कौतुक करण्यासाठी .पण आजच कारण वेगळं असणार होत .आज कुमार सरांचं मत तिच्या विरोधात होत त्यामुळे ती भलतीच घाबरली होती .

तिच्या बाबांनी सरांना घरात घेतलं , बसायला सांगितलं .आईनं त्यांना पाणी दिल .सिद्धीच्या मनात भीतीन धडधड वाढू लागली . तिचे बाबा आणि कुमार सर

बोलत बसलेले असतात . पाच मिनिटं ते इकडचं तिकडचं बोलत होते . सिद्धी सगळं काही श्वास रोखून ऐकत होती . अखेर कुमार सरांनी मुद्याला हात घातला .

"मि. कुंभार मै यहा सिद्धी के बारे मै कुछ बताने आया हु ".

"जी कहीए क्या बात हैं ?"

"जी बात ये हैं की सिद्धी का आजकल पढाई पर फोकस नहीं है .लगता है उसका फोकस कही और है ".

हे ऐकताच जीव जाईल की काय अशी अवस्था सिद्धी ची झाली .

"जी क्यो क्या हुआ ?"

"जी वो सिद्धी पढाई नहीं कर रही है .वो आजकल क्लास मै जवाब भी नहीं दे पाती .इसिलिए आपसे मिलने चला आया सोचा आप बता दु . क्या है की सिद्धी अब दसवी मै हैं और वो होशियार भी इसिलिए उसका नुकसान हो ये मै नहीं चाहता . तो आप देखिए उनकी क्या तकलिफ है तो चलिए चलता हु ".

एवढं बोलून ते निघाले .

आत्ता कुठे सिद्धीच्या जीवात जीव आला . पण कुमार सरांनी तिच्या आणि निलेश बद्दल का काही सांगितलं नाही याचा ती विचार करत होती तोच तिच्या डोक्यात ट्यूब पेटली .सरांनी जर तिच्याबद्दल काही सांगितलं असत तर सिद्धीने ही सरांचं तिच्या बद्दल असणार मत तिनं घरच्यांना सांगितलं असत . या वेळी दोघांचे ही हात दगडाखाली होते .म्हणूनच सरांनी निलेश आणि सिद्धिबद्दल घरी काही सांगितलं नाही .

सर घरून गेल्यानंतर सिद्धीला खूप ओरडा मिळाला .तेव्हा तिला खूप वाईट वाटलं . दुसऱ्या दिवशी सिद्धीने सगळा प्रकार अर्जुन ला सांगितला .ट्युशन क्लास सोडून दे अस त्याच म्हणणं होतं .पण घरचे तिला ट्युशन सोडण्यासाठी परवानगी देत नव्हते . बोर्डचे पेपर काही दिवसांवर येऊन ठेपले होते .तिला परिस्थिती च गांभीर्य समजत होत . त्यामुळे रात्रीच रोज न भेटता ती निलेश ला दोन तीन दिवसातून भेटू लागली . तेव्हा तो सिद्धीला काही बोलला नाही .

अखेर काही दिवसांनी सिद्धी परिक्षांमधून मोकळी झाली . ती खुश असते कारण तिनं तिचं शंभर टक्के पेपर लिहण्यास दिलं होत . त्यामुळे तिला निकालाची जास्त भीती वाटत नव्हती . परीक्षा झाल्या आत्ता काही टेन्शन नाही म्हणून सगळ्या मित्रमैत्रिणींनी बाहेर फिरायला जायचं

ठरवलं .या वेळी सिद्धीचा संपूर्ण क्लास फिरायला जाणार होता . त्यामुळे निलेश ने तिच्यासोबत येण्याचा हट्ट धरू नये असा तिला वाटत होतं .

संध्याकाळी अर्जुन सिद्धीच्या घरी आला . सिद्धीने ठरवलं की स्वप्निल कडून निलेश ला निरोप द्यायचा की तू फिरायला येण्याचा हट्ट धरू नकोस .पण ती काही बोलण्याच्या आत अर्जुन तिच्याशी हळू आवाजात कुजबुज करू लागला .

"सिद्धी निलेश ने सांगितलं आहे की तो आपल्या सोबत फिरायला येणार नाही .तो तुला मोबाईल मग तुम्ही दोघं फोन करून बोला ".

"अरे पण त्याने असं कसं काय ठरवलं ?"

"अगं मीच त्याला सांगितले की तू आमच्या सोबत येऊ नको म्हणून कारण संपूर्ण क्लास येणार आहे आणि सिद्धी जळणारे भरपूर आहेत . त्यामुळे कोणीतरी येऊन तुमच्याबद्दल घरी सांगेल म्हणून मग मीच नको म्हंटल त्याला . मला, रोहित आणि आदीतीलच माहित आहे तुमच्याबद्दल. त्याला ही ते पटलं मग त्याने आपल्या सोबत येण्याचा रद्द केला आणि तुला त्याचा जुना फोन दिला".

"यार स्वप्निल खूप मोठं काम केलं तू माझं मी पण आता तुला हेच सांगणार होते ".असं बोलून ती अर्जुन कडे पाहून समाधानाने स्मितहास्य करते .

दुसऱ्या दिवशी ठरवल्याप्रमाणे सगळे बीच वरती येतात . अर्जुन निलेशचा मोबाईल घेऊन आला होता . त्यावर दर दोन तासांनी निलेश फोन करायचा. त्याचा सिद्धीला खूप राग यायचा ती मित्रमैत्रिणींसोबत मस्ती करत असायची तर त्याचा फोन यायचा आणि मग दिला बाजूला जाऊन त्याच्याशी बोलत बसावं लागायचं .

तिला तिच्या फ्रेंड सोबत वेळ घालवायचा होता पण तिला नाही जमलं . संध्याकाळ झाली सिद्धीने स्वप्निल ला फोन दिला आणि सगळे आपापल्या घरी निघून गेली.

8

दोन अडीच महिन्यांनी दहावीचा निकाल लागला .आईच्या फोन मध्ये निकाल बघताना जरी तिला माहीत होतं की तिला चांगले मार्क मिळणार आहेत तरीही तिच्या मनात धडधड सुरू होती. निकाल पाहताच सिद्धीची भीती आनंदात बदलली . तिला नव्वद टक्के मिळाले होते .तिला काय करू आणि काय नको असं झालं होतं .तिच्या आईने देवापुढे साखर ठेवली व ती धावत अर्जुन कडे गेली . अर्जुन सोबत रोहीत ही तिथेच होता . अर्जुन ला पाहताच सिद्धी मोठ्याने ओरडली . "अर्जुन नव्वद टक्के ". हे ऐकताच अर्जुन ,रोहित दोघेही खुश झाले . अर्जुन ला पंचाहत्तर टक्के, रोहित ला सत्याहत्तर आणि अदितीला ऐंशी टक्के मिळाले होते . त्यात विशेष म्हणजे सगळे मिळालेल्या मार्क्स मध्ये खुश होते . अर्जुन च्या आईने सिद्धीचं कौतुक केलं .साखर देऊन तीच तोंड गोड केलं . परत सगळे जण एकमेकांना फोन करून किती मार्क्स पडले ते विचारू लागले .

दुपार पासून ते संध्याकाळ पर्यंत सिद्धी फोन वरतीच बोलत होती . सारखे कोणाचे ना कोणाचे फोन तिला यायचे . सिद्धीचा निकाल ऐकण्यासाठी ,तिचं कौतुक करण्यासाठी. संध्याकाळी तिचे बाबा कामावरून घरी आले. येतानाच ते मिठाई घेऊन आले होते. घरात प्रवेश करताच त्यांनी सिद्धीला मिठीत घेतल. तिला मिठाई खाऊ घातली . तिचं भरभरून कौतुक त्यांनी केलं . मुलीच्या यशाचा आनंद त्यांच्या चेहऱ्यावरून ओसंडून वाहत होता. नंतर सिद्धी मिठाई बॉक्स घेऊन बिल्डींग मध्ये मिठाई वाटायला निघाली तोच गॅलरीमध्ये स्वप्निल

तिच्या समोर

आला. त्याच्या हातात मिठाईचा मोठा बॉक्स होता आणि सिद्धी चा त्याच्या तुलनेत लहान होता .

"हे बघ माझा बॉक्स आणि तुझा बॉक्स ". छोटा मिठाई चा बॉक्स अर्जुन समोर धरत खट्याळ नजरेनं नाराज होऊन सिद्धी त्याला म्हणाली .

"अरे चलता है सब कुछ ".असं म्हणत स्वप्निल ने तिला मिठाई भरवली .नंतर एकमेकांकडे बघून दोघेही हसल "बरं निलेश ला सांगितलं ?"

"नाही अजून वेळच नाही मिळाला उद्या सांगते."

" अरे उद्या कशाला आपण दोघे जाऊ आणि सांगू त्यांना असेही आपल्याला सगळे बिल्डिंगमध्ये मिठाई वाटायला सांगितले आहे त्यामुळे कोणी काही बोलणार नाही". दोघेही मग लगेच निलेश च्या रूम जवळ गेले. अर्जुन ने बेल वाजवली तर किशोर नावाच्या मुलाने दरवाजा उघडला .स्वप्निल सगळ्यांना आवाज देवून बाहेर बोलावून घेतलं .निलेश सिद्धी कडे पाहून स्मितहास्य करत होता .मग अर्जुन ने दोघांचाही निकाल सांगितला . सगळेजण सिद्धी आणि अर्जुन च अभिनंदन करत होते.निलेश ला सिद्धीशी हस्तांदोलन करून तिला शुभेच्छा द्यायच्या होत्या पण दादा तिथेच होता त्यामुळे त्याने लांबूनच सिद्धीचं अभिनंदन केलं. निलेश ने अभिनंदन केलं म्हणून सिद्धी खूप खुश झाली . नंतर सिद्धी व अर्जुन संपूर्ण बिल्डिंग मध्ये पेढे वाटायला गेले . त्यावेळी सगळ्यांकडून त्यांचं भरभरून कौतुक झालं .

निकाल लागला की अॅडमिशनची घाई सुरू झाली. सिद्धी अर्जुन आणि आदितीने एकाच कॉलेजला ऍडमिशन घ्यायचे ठरवले पण कोणत्या कॉलेजला घ्याव म्हणून सिद्धीने अनेक चांगल्या पाच कॉलेज ची नाव ठरवली होती . आणि त्या सगळ्या कॉलेजचे ऍडमिशन फॉर्म भरायचे असे ठरले .एकदाचे निकाल सर्वांच्या हातात आले एडमिशन ची प्रक्रिया दुप्पट वेगाने सुरू झाली. तिघांनीही त्या पाच कॉलेजमध्ये फॉर्म भरले पण त्यांच्या दुर्दैवी तिघांचाही एकसाथ एकाही कॉलेजला नाव आले नाही. फक्त एका कॉलेज वरती सिद्धीच नाव आलं तर दुसऱ्या

कॉलेज वर सिद्धी आणि आदितीच . आणि अर्जुन च तर त्यातील कुठल्याच कॉलेज वर नाव आलं नाही. तिघांनाही खूप वाईट वाटलं पाचवीपासून तिघे जण एकत्र शिकत होते. त्यांचा तिघांचा खूप छान ग्रुप झाला होता. पण यावर काही मार्ग नव्हता. स्वप्निल कमी मार्क्स होते .त्यामुळे त्याच्या एँडमिशन मध्ये अडचणी यायच्या. शेवटी एका कॉलेजमध्ये सिद्धी आणि आदितीने एँडमिशन फिक्स केलं आणि अर्जुन ने दुसऱ्या कॉलेजमध्ये ऍडमिशन घेतलं .सिद्धीला खूप वाईट वाटत होतं. तिला अर्जुन चा खूप आधार होता. कॉलेज सुरू होत आहे म्हणून सिद्धीने आई बाबांकडे मोबाईल साठी हट्ट धरला पण तिचे आई-वडील या वेळी काही सिद्धीच्या हट्टापुढे नमले नाहीत आणि घरात असलेला जुना तुला मोबाईल देत म्हणाले " तुला फोन हवा असेल तर सध्या तरी हाच मिळणार नवीन फोन नंतर केव्हातरी बघू ". सिद्धीला स्क्रीन टच वाला फोन हवा होता . पण तो काही मिळाला नाही .म्हणून काहीही झालं तरी बारावी नंतर स्क्रीन टच मोबाईल घेणारच असा सिद्धीन स्वतःशीच निश्चय केला .

9

सिद्धीचं कॉलेज घरापासून तीस किलोमीटर अंतरावर होत . त्यामुळे तिला बसनेच ये जा करावी लागत असे . सिद्धीचं कॉलेज मोठं होत . तिथे सायन्स ,कॉमर्स ,आर्टस् आणि इंजिनिअरिंगच्या शाखा होत्या . आणि विशेष म्हणजे कॉलेज पासून एक किलोमीटर अंतरावर बीच होता . म्हणून सिद्धीला तीच कॉलेज खूप आवडायचं . मोकळा वेळ मिळाला की सिद्धी आणि अदिती बीच वर जायच्या . नंतर नंतर सिद्धी आणि निलेश बीच वर भेटायचे . तो प्रत्येक वेळी भेटायला येताना सिद्धीसाठी मोठमोठ्या कॅडबरी, गुलाबाचं फुल घेऊन यायचा . आत्ता त्यांची आपली भेट होत नाही या करून भांडण पण होयचं नाही . बस मध्ये बसल्यावरही ते दोघे फोन वर बोलत बसायचे . अकरावतील खूप वेळ सिद्धीने बीचवरतीच घालवला होता . एके दिवशी अदितीने सिद्धीला अस काही सांगितल ते ऐकून सिद्धी खुश झाली . मागील काही दिवसांमध्ये बारावीच्या कॉमर्स मधील एका कल्याण मुलाने

अदितीला प्रपोज केलं होतं .तो दिसायलाही खूप छान होता .आणि अदितीने ऐकलं होतं की त्याचा स्वभाव पण शांत आहे .एकूण सगळं पाहता तो मुलगा छान होता .आणि त्यात तो आदीतीलाही आवडू लागला होता . म्हणून मग तिने कल्याण ला होकार दिला होता . हे सगळं सांगताना अदिती खुप लाजत होती .दुसऱ्या दिवशी अदितीने सिद्धी आणि निलेश शी कल्याण ची ओळख करून दिली .त्या दिवसानंतर चौघांचा खूप छान ग्रुप तयार झाला . कल्याण श्रीमंत होता . तो कॉलेज ला येताना बाईक वरून यायचा .मग काय सिद्धी ,अदिती

आणि कल्याण हे लेक्चर बंक करून बाहेर फिरायला जायचे . सिद्धी आणि निलेश एक बाईक वर तर कल्याण आणि अदिती दुसऱ्या बाईक वर .

मोकळ्या वेळात बीच वर बसणाऱ्या या दोनच जोड्या नव्हत्या तर कॉलेज मधील बरेच मुलं मुली मोकळ्या वेळात बीच वरती बसायचे . त्यांच्यामध्ये जवळीक असायची .हे मुंबईवाल्यानां काही नवं नव्हतं . पण जेव्हा कॉलेज मध्ये विद्यार्थ्यांची उपस्थिती कमी आहे हे जेव्हा जाणवायला लागलं तेव्हा कॉलेज ने या गोष्टीची दखल घेतली .त्यामुळे रोज दुपारच्या वेळेत शिक्षक बाईक वरून बीच वरती फेऱ्या मारायचे . आणि त्यात जे कोण मुलं मुली सापडायचे त्यांच्यावर कडक कारवाई केली जायची .पण आत्ता पर्यंत सिद्धी आणि अदिती कधीही शिक्षकांना सापडल्या नाहीत . जास्त अभ्यास न करूनही सिद्धीला चांगले मार्क्स असायचे . आणि तिच्या उपस्थितीचा पण काही प्रश्न नसायचा . सगळ्यांची उपस्थिती सकाळीच घ्यायचे . त्यामुळे सिद्धीच्या घरी कधी तिची तक्रार गेली नाही . पण बीच वरील प्रकारानंतर प्रत्येक तासाला विद्यार्थ्यांच्या उपस्थिती ची नोंद होऊ लागली . त्यानंतर सिद्धी आणि आदितीच बीच वर जाण कमी झालं . खरंतर हे चुकीचं आहे त्या दोघींनाही हे माहीत होतं पण त्या दोघींनाही हे सगळं खूप आवडायचं .त्यांच्या मनाला एक वेगळ्या प्रकारचा आनंद मिळायचा . वाढत जाणाऱ्या वयाच्या प्रवाहात त्या वाहत जात होत्या .

पुढे काही दिवसांनी अर्जुनच्या कुटुंबाने ते राहत असलेल घर सोडल. अर्जुन ने सिद्धीला तशी आधी कल्पना दिली होती पण तो असा लवकर जाईल याची काही तिला कल्पना नव्हती . आधी अर्जुन कॉलेज मध्ये सोबत नव्हता आणि आत्ता तो तिच्या बिल्डिंग मध्ये पण नसणार .अर्जुन तिचा असा मित्र होता जो दुःखात नेहमी तिच्या सोबत असायचा , तिच्या आनंदातही त्याचा वाटा असायचा , टेन्शन मध्ये तिला हसवायचा. असा निस्वार्थ मित्र तिच्याजवळ अदिती सोडून तोच एक होता . अर्जुन जाताना तिचा कंठ दाटून आला . अर्जुनच्या ते लक्षात आलं . तो सिद्धिजवळ गेला आणि म्हणाला .

"अरे ये क्या लडकियों जैसे रो रही हो , मी जातोय याचे आनंदअश्रू आहेत ना हे माहितेय मला " अस बोलून तो हसू लागला . डोळे पुसत सिद्धीही हसू लागली .

" हो आनंद अश्रूच आहेत .आत्ता तू सारख माझं डोकं खायला इकडे येणार नाहीस ना ".

तिनं हसऱ्या चेहऱ्याने अर्जुन ला निरोप दिला . अर्जुन च्या जाण्याचं दुःख लपवले.

अर्जुन दुसरीकडे राहायला गेल्या पासून त्याची आणि सिद्धीची भेट होत असे पण ती दुर्मिळ . फोन वरती बोलणं मात्र आठवड्याला व्हायचं . एके दिवशी सिद्धीच्या बाबांचं गावी काहीतरी काम निघालं . अस काम ज्या मध्ये सरकारी दफतरी चपला झिजनार होत्या . त्यांनी सिद्धीलाही सोबत घेऊन जायचं ठरवलं .कारण की त्यांची अशी इच्छा असायची की सिद्धी कोणत्याही कामामध्ये मागे राहता काम नये .तिला प्रत्येक क्षेत्रातील थोडीफार का होईना पण जाण असावी त्यासाठी ते नेहमीच प्रयत्नशील असायचे .फक्त दोनच दिवसासाठी गावी जायचं होतं पण गावी जाण्याची सिद्धीची अजिबात ईच्छा नव्हती .पण बाबांपुढे काय बोलणार .दोन दिवसांसाठी लागणारे कपडे बॅगमध्ये भरले आणि सिद्धी गावी जाण्यासाठी तयार झाली .सिद्धीचं बाबा नेहमी ट्रेन ने प्रवास करायचे .पुण्याच्या स्टेशन वरती ते उत्तरले तेव्हा तिथे खूप गर्दी होती .त्यामुळे गर्दीत एका इसमाचा सिद्धीला धक्का लागला .

10

अर्जुन दुसरीकडे राहायला गेल्या पासून त्याची आणि सिद्धीची खूप दुर्मिळ भेट होत असे . पण फोन मात्र आठवड्याला होत असे . एके दिवशी सिद्धीच्या बाबांचं गावी सरकारी कार्यालयात काम निघालं . त्यामुळे गावी जाण त्यांना भाग होत . सिद्धीलाही सोबत घेऊन जाण्याचं ठरवलं . कारण त्यांची अशी ईच्छा असायची की सिद्धी कोणत्याही कामामध्ये मागे राहता कामा नये .बाहेरच्या दुनियेत काम कशी होतात हे सिद्धीला समजलं पाहिजे. तिला प्रत्येक क्षेत्रातील थोडीफार का होईना पण जाण असावी .यासाठी तिचे बाबा नेहमी प्रयत्नशील असायचे .दोनच दिवसासाठी गावी जायचं होतं पण सिद्धीची अजिबात ईच्छा नव्हती . पण बाबांपुढे काय बोलणार . दोन दिवसांचे कपडे बॅग मध्ये भरली .आणि गावी जाण्यासाठी तयार झाली . ते नेहमी ट्रेन मधून प्रवास करायचे .पुण्याच्या स्टेशन वरती ते उतरले .तेव्हा तिथे खूप गर्दी होती .गर्दीचा फायदा घेऊन एका माणसाने सिद्धीला धक्का दिला . तेव्हा त्याने चुकून धक्का लागला अस सांगत सिद्धीची माफी मागितली . नंतर थोडं पुढे गेल्यानंतर त्याच व्यक्तीचा सिद्धीला पुन्हा धक्का लागला . या वेळी ही त्याने सिद्धीची माफी मागितली . पण जेव्हा तिसऱ्या वेळेस त्याचा धक्का लागला तेव्हा सिद्धीने त्या व्यक्तीची कॉलरच पकडली . आणि त्या वक्तीला तिने चांगलाच दम दिला . नंतर तिच्या बाबांनीही त्या माणसाला झाप झाप झापले . स्टेशन वरती बघ्यांची गर्दी वाढू लागली . शेवटी त्याने पुन्हा एकदा सिद्धीची माफी मागितली आणि गर्दीतून तोंड लपवत तिथून

निघून गेला . सिद्धीच्या वडिलांना तेव्हा सिद्धीचं खूप कौतुक वाटलं . सिद्धी त्या इस्माला किंवा गर्दीला पाहून घाबरली नाही . अन्यायाविरुद्ध तिनं आवाज उठवला . त्यांचा उर अभिमानानं भरून पावला .पण तेव्हा ते सिद्धीला काही बोलले नाही . नंतर त्यांनी रिक्षा पकडली आणि गावाच्या दिशेने निघाले .घरी पोहचेपर्यंत सिद्धी स्टेशन वरील प्रसंगाचा विचार करत होती .ती एका अनोळखी माणसाला सडेतोड उत्तर देऊ शकत होती . तर मग निलेश च्या बाबतीत ती शांत का होती ? निलेश तिला एक चांगला माणूस वाटत होता पण ती त्याच्या प्रेमात नव्हती . तो त्याच्या जीवच काहीतरी बरं वाईट करेल या भीतीने सिद्धीने त्याला होकार दिला होता . निलेश च्या भीतीने ती कमकुवत झाली होती .

सिद्धी आणि तिचे बाबा गावच्या घरी पोहचले . घराची झाडलोट , सगळी जागा सिद्धीने स्वच्छ केली.आणि नंतर ते शामराव काकांकडे गेले .जे सिद्धीच्या बाबांची शेती सांभाळत होते . बराच वेळ त्यांच्या घरी गप्पा रंगल्या . दुसऱ्या दिवशी सिद्धी आणि तिचे बाबा सरकारी कार्यालयामध्ये सगळी चौकशी करण्यासाठी बाबा सिद्धीला पुढे करत होते . दिवसेंदिवस रखडणार सरकारी काम त्यादिवशी लगेच झालं . त्यामुळे वेळ वाया न घालवता घरून सामान घेऊन ते सरळ मुंबईला जाणाऱ्या ट्रेन मध्ये बसले . काही तासाच्या प्रवासानंतर दोघे मुंबईला पोहचले.

पुढे काही महिन्यांनी सिद्धी आदितीच अकरावी च वर्ष संपलं आणि त्या बारावीमध्ये गेल्या .कल्याण ची बारावी झाली . त्यामुळे त्याची आणि अदिती ची भेट काही व्हायची नाही . अदिती कल्याण ला फोन करायची पण तो फोन च उत्तर देण्यास टाळाटाळ करत असे . आणि कधी घेतलाच तर एक दोन मिनिटं बोलून फोन ठेवून द्यायचा . कल्याण च्या अश्या वागण्यामुळे अदिती खूप अस्वस्थ होती . तिला कल्याण असा का वागतोय याचा कसलाच सुगावा लागत नव्हता . जसे जसे दिवस जात होते तशी अदिती डिप्रेशनमध्ये जात होती . तीच वर्गात लक्ष नसायचं .ती तिच्याच विचारात हरवलेली असायची . अदितीची अशी अवस्था पाहून सिद्धीला खूप वाईट वाटायचं . मग ती निलेश ला अदितीच्या

जागी बघायची . मी जर निलेश ला नकार दिला असता तर त्याची ही अवस्था आज अदिती सारखी झाली असती किंवा याहून वाईट झाली असती असे विचार मग सिद्धीच्या मनात घर करून बसत. अदितीच्या घरच्यांनाही तिच्या वागण्यातील बदल जाणवत होता . एके दिवशी अदितीच्या आईनं त्यांना वाटणारी चिंता सिद्धीला बोलूनही दाखवली . तेव्हा त्यांना धीर देत ती म्हणाली ,

"अहो काकू तिची जास्त काळजी करू नका तुम्ही .तिला बारावीच टेन्शन आलाय म्हणून ती अस वागतेय .पण तुम्ही काळजी करू नका .ह्या रविवारी अर्जुन येणार आहे मग आम्ही दोघे मिळून समजावू तिला". सिद्धीचं बोलणं ऐकून त्यांना बरं वाटल .

रविवारी सगळे जण बाहेर भेटले .कारण आजच्या भेटीचा विषय कोणाच्याच घरी बोलता न येण्यासारखा होता .

खूप वेळ सिद्धी आणि अर्जुन ने समजवल्यानंतर ही अदिती कोणाचाही काहीही ऐकत नाही हे पाहिल्यावर अर्जुन तिच्यावर खूप ओरडला .

"किती वेळ झालं तुला समजावत आहोत पण तुला काही ऐकूनच घ्यायचं नाही . तुझा कल्याण बँगलोर ला गेला आहे.तिथे पुढचं शिक्षण घेतोय .आत्ता त्याला तुझी गरज नाही .तो तिकडे एका दुसऱ्या मुलींसोबत फिरतोय आणि तू बस इथे रडत ".

अर्जुन च हे बोलणं ऐकून ती ओक्साबोक्शी रडू लागली . सिद्धी तिला मिठीत घेऊन तिला शांत करण्याचा प्रयत्न करत होती .सिद्धी त्याने मला का फसवलं ?तो अस कसं वागू शकतो ?सिद्धी माझं खूप प्रेम आहे ग त्याच्यावर आणि तो मला सोडून गेला . अदितीच्या एकाही प्रश्नाचं उत्तर सिद्धीकडे नव्हतं . तिचा आक्रोश पाहून सिद्धीचे डोळे पाणावले . तिला ही कुठेतरी आपणही अपराधी आहोत असं वाटू लागलं होतं . शेवटी कस बस तिने अदितीला समजावलं आणि इथून पुढे बारावी फोकस कर म्हणून दाटवल.

नंतर हा सगळा प्रकार सिद्धीने निलेश ला सांगितला . हे सगळं ऐकून तो ही स्तब्ध झाला .त्याने सिद्धीकडे पाहिलं ती खूप उदास दिसत होती . तिला आत्ता कोणाच्यातरी आधाराची गरज आहे हे तिच्या

चेहऱ्यावरील हावभाव ओरडून सांगत होते . त्याने अलगद तिला मिठीत घेतलं . सिद्धी त्याच्या मिठीत शांतीचा अनुभव करत होती . ज्याची सध्या तिला खूप गरज होती . तासंतास त्याच्या मिठीत असंच राहावं अस तिला वाटत होतं .जेव्हा निलेश ने पहिल्यांदा सिद्धीला मिठीत घेतलं होतं . तेव्हा तिला त्याचा खूप राग आला होता . पण आत्ता या मिठीत तिला निलेश बदल प्रेम वाटू लागलं होतं . तिला लाज दाटून येत होती . तोच तिच्या मनात शंकेची पाल चुकचुकली की निलेशच्या बाबतीत मला जो अपराधीपणाचा भाव वाटत होता त्यामुळे मी त्याच्या प्रेमात पडली आहे का ? . पण अपराधीपाणाची भावना निलेश च्या मिठीत जाण्याअगोदर होती. त्याच्या मिठीत असताना एकदाही मला त्याची अपराधी असल्याचा बोध झाला नाही .आत्ता तिच्या मनाची तिला खात्री झाली होती की तीच ही निलेशवर खूप प्रेम आहे . या समाधानाने ती निलेश च्या मिठीत सुखावली .

11

बारावी होऊन आत्ता बरेच महिने झाले होते , त्यामुळे बारावीच्या बोर्डाच्या परिक्षेलाही थोडेच महिने शिल्लक होते . सिद्धीने आत्ता अभ्यासात लक्ष घालायला सुरुवात केली . बाबांना सांगून एका ठिकाणी तिने सीईटी, नीट चे क्लासेस लावले .आणि निलेश ला भेटण्याऐवजी ती त्याच्याशी एसएमएस द्वारे बोलू लागली .आदीतीही आत्ता कल्याण मधून बाहेर आली होती आणि मनापासून अभ्यास करू लागली . दुसऱ्या कॉलेज ला असला तरीही अर्जुनचे डाउट काही संपायचे नाहीत . तो फोन करून सिद्धीकडून डाउट क्लिअर करून घायचा .

बघता बघता सिद्धीच्या सर्व परीक्षा होऊन त्यांचा निकाल ही लागला होता .सिद्धीला पंच्याहत्तर टक्के पडले होते . नीट मध्ये तीनशे बारा तर सीईटी मध्ये शंभर .ऑनलाईन ॲडमिशन सुरू झाली होती . सिद्धीला एमबीबीएस ला ॲडमिशन हवं होतं . पण कमी मार्क्स असल्यामुळे बीएएमएस ला पुण्याच्या कॉलेज ला ॲडमिशन फिक्स केलं. खरं तर सिद्धीला तीच पूर्ण शिक्षण मुंबई मधेच करायचं होतं . पण मुंबई च्या कॉलेजची फी गगनाला भिडलेली पाहून तिनं पुण्यालाच जाण्याचं पक्क केलं . पण जेव्हा सिद्धीने पुण्याला ॲडमिशन फिक्स केल्याचं निलेश ला सांगितलं तेव्हा तो नेहमीप्रमाणे सिद्धीवरती चिडला . सिद्धी त्याच्यापासून दूर जाणार हे त्याला अजिबात सहन होत नव्हतं.सिद्धीने त्याच्यापासून दूर जावं हे निलेश ला कधीही मान्य नसायचं . सिद्धीने खूप समजावल्यानंतर तो तयार झाला . अर्जुन ला साठ टक्के पडली होती . खरंतर तो बीए च करणार होता पण वडिलांच्या

इच्छेमुळे त्याने मुंबईमध्ये बीएससी ला ऍडमिशन घेतलं . अदितीने बीएससी ऍग्री ला ऍडमिशन घेतलं नाशिकमध्ये .

सगळ्यांच कॉलेज सुरू झालं .सिद्धी ही पुण्याला आली . नवीन जागा ,नवीन कॉलेज, नवीन मित्रमैत्रिणी यांच्यासोबत सिद्धी जुळवून घेत होती . आणि रोज न चुकता तिचं फोनवरून निलेश सोबत बोलणं होत असे . आणि या वेळी सिद्धी एका खास गोष्टीमुळे आनंदली होती. बाबांनी तिला अँड्रॉइड मोबाईल घेऊन दिला.ज्यावरून ती निलेश ला व्हीडिओ कॉल करायची .

सिद्धीला कॉलेज ला येऊन एक महिना झाला होता . एवढ्या वेळात तिचे खूप मित्रमैत्रिणी पण जिवलग अश्या पाच जणी होत्या .प्रणाली,अक्षता ,अनघा ,कादंबरी आणि संजना . सिद्धी ने निलेश बद्दल स्वतःहून कोणाला काहीही सांगितलं नव्हतं .पण नंतर तिच्या वागण्यावरून सगळ्यांना समजलं की ती कोणाच्यातरी प्रेमात आहे ते .

"सिद्धी त्याच नाव काय आहे"? संजना ने विचारलेल्या प्रश्नाने सिद्धी चमकली .

" कोणाचं नाव "

"त्याचं च ज्याला आठवून तुझा चेहरा एवढा खुलुन निघतो".

"संजना अग तसं काही नाही तुला उगाच अस वाटतंय "

"सिद्धी आत्ता सांगून टाक बर का "अक्षता उत्साहीत होऊन म्हणाली .

"बर ठीक आहे सांगते त्याच्याबद्दल. " अस म्हणत सिद्धीने निलेश बद्दल सगळं काही सांगितलं . सिद्धीने निलेश बदल सर्व काही सांगितल्यानंतर संजना ,कादंबरी ,अक्षता,प्रणालीने ही आपापल्या प्रियकाराबद्दल सांगून टाकल. आणि जेव्हा सगळ्यांना समजत की अनघाला प्रियकर च नाही तेव्हा त्यांनी अनघाला खूप चिडवलं .

खरं तर त्या वयात प्रेयसी ,प्रियकर असं असं प्रत्येकालाच वाटत असतं एक प्रकारचं फॅडच म्हणा . जरी एखाद्याला समोरच्या बद्दल काहीही वाटत नसेल तरीही सगळ्यांना प्रेयसी प्रियकर आहेत आणि माझ्या सोबत कोणीही नाही. म्हणून प्रेमाची कबुली देण हे कितपत योग्य आहे?

अधून मधून सिद्धीच अर्जुन आणि अदितीशी फोन वरून बोलणं होत असे . अदितीचे रोजचे दिवस सारखेच असायचे . कल्याण च्या प्रकरणापासून जरा शांत झाली होती ती . एकटी एकटी राहायची . पण अर्जुन त्याच्या नावय कॉलेज मध्येही खूप राडे करायचा . कॉलेज ला लेट जाण, लास्ट बेंचवर बसून कंमेंट्स पास करणं, कोणाला तरी सारख चिडवत राहणं असे त्याचे उद्योग सुरू असायचे . मग फ़ोन वर तो कॉलेज मधील राडे सिद्धीला सांगत बसायचा .

पुढे काही महिन्यात सिद्धी ची पहिली सत्र संपली सुट्ट्या होत्या म्हणून मग घरी जायचे ठरवले. पण तेव्हा आईनं तिला तिच्या मावशीकडे मावशीकडे जायला सांगितलं . थोड्या दिवसांसाठी कशाला ये जा करतेस .आम्हीच तुला मावशीकडे भेटायला येतो असे तीच म्हणणं होत. पण सिद्धीला मावशीकडे जायचं नव्हतं. कितीतरी दिवसांनी निलेश ला भेटता येणार या विचारानेच ती खूप खुश झाली होती . त्यात सिद्धीने आधीच निलेश ला सांगितलं होतं,शेवटचा पेपर झाला की मी मुंबई ला येणार आहे .सिद्धी येणार म्हणून निलेश ला खूप आनंद झाला .पण जेव्हा सिद्धीने फोन वरती मी मुंबई ला नाही येणार मावशीकडे जाणार आहे हे ऐकलं तेव्हा तो सिद्धीशी खूप भांडला . मग त्याच्याशी बोलताना सिद्धीच्या डोळ्यांतील आसवांनी त्यांची जागा सोडली . सिद्धी हुंदके देत रडू लागली . सगळ्या मैत्रिणी सिद्धीला समजावत होत्या . ज्या व्यक्तीकडून आपल्याला समजून घेईल अशी आस असते आणि तो व्यक्ती अपेक्षांवर खरा उतरत नाही तेव्हा त्रास तर होणारच .

सिद्धी साताऱ्याला गेली . बस स्टॅंड वरून तिचे काका तिला घरी घेऊन आले .घरी पोहचताच मावशीने तिची विचारपूस केली व हात पाय धुवून घे अस सिद्धीला सांगून मावशी किचन मध्ये गेली आणि काका कामासाठी बाहेर गेले.बस मध्ये चढल्यापासून ते साताऱ्यात उतरेपर्यंत सिद्धी निलेश ला फोन करत करत होती .पण निलेश ने तिचा एकही फोन उचलला नाही .म्हणून सिद्धीने पुन्हा एकदा निलेश सोबत बोलण्याचा प्रयत्न केला पण याही वेळी प्रयत्न व्यर्थ गेला . जेवण करून सिद्धीने थोडावेळ आराम केला . संध्याकाळ झाली . सिद्धीचे मावस

भाऊ बहीण ,पार्थ आणि प्रिया क्लासेस मधून परत आले . पार्थ सातवीत शिकत होता तर प्रिया चौथीत . तिला डान्स ची आवड होती म्हणून तिला डान्स क्लास मध्ये पाठवली होती . तर पार्थ ला गिटार च्या क्लास पाठवलं जायचं .प्रिया सिद्धीची खूप लाडकी होती .

म्हणूनच जेव्हा तिनं सिद्धीसोबत खेळण्यासाठी हट्ट धरला . तेव्हा ती प्रिया ला नाही म्हणू शकली नाही .बराच वेळ गच्चीवर खेळत असताना मावशीने प्रिया ला आवाज दिला .

"थोड्याच वेळात येते दीदी ".अस म्हणून ती खाली गेली .

गच्चीवर दुसरं कोणी ही नव्हतं हे पाहून सिद्धीने निलेश ला फोन केला . याही वेळी सिद्धीने निलेश सोबत बोलण होईल याची अशाच सोडली होती . तोच निलेश ने फोन घेतला . सिद्धीने त्याच्यावर एकामागून एक प्रश्नांचे बाण सोडले .

"काय झालं आहे तुला ? तू अजूनही चिडला आहेस का?माझा फोन का घेत नव्हतास ?अजून किती वेळा तुझी माफी मागू ?माझी तुला भेटण्याची ईच्छा नाही असं तुला वाटतंय का ? "

निलेश सिद्धीला शांत करण्याचा प्रयत्न करत होता .त्याने सिद्धीची माफी मागितली . परत तुला त्रास होईल असं वागणार नाही असा शब्द ही त्याने सिद्धीला दिला. दोघांमध्ये झालेले गैरसमज बोलून दूर झाले होते .निलेश आणि सिद्धीचं बोलणं सुरू असताना तिथे मावशी आली .मावशीला बघताच सिद्धी खूप घाबरली . तिने फोन कट केला . मावशी पुढे बोलू लागली .

" तायडीचा फोन आला होता माझ्या फोन वरती .तिला तुझ्याशी बोलायचं होत पण तुझा फोन व्यस्त लागला . "

निलेश सोबत बोलताना आईचा फोन वेटिंग ला पडतोय हे तिच्या लक्षातच आलं नाही .

मावशी आईला आत्ता सगळं काही सांगणार या विचाराने सिद्धीला चांगलाच घाम फुटला होता .सिद्धी खूप घाबरली आहे मावशीच्या लक्षात येताच ती म्हणाली .

"घाबरू नकोस नाही सांगणार या बद्दल कोणाला ".

मावशीच्या या बोलण्याने सिद्धीला चकित करून टाकलं . मावशी पुढे बोलू लागली .

"नाव काय आहे त्याच ?सिद्धी कोण आहे तो ?".अस म्हणत मावशीने आवाज वाढवला

.

"मावशी निलेश नाव आहे त्याच ". सिद्धी उत्तरली .

"किती वर्षांपासून चालू आहे हे सगळं ?".

"बरीच वर्षे झाली मावशी ".

" हम्म मी म्हणाली आहे तुला की मी हा प्रकार कोणाला सांगणार नाही पण तुला हे सगळं थांबवावं लागणार आहे . या सगळ्यातून लवकरात लवकर बाहेर पड ". एवढं बोलून मावशी खाली निघून गेली .

मावशी च्या प्रतिक्रियेमुळे सिद्धी गांगरून गेली होती . ती स्वतःला सावरत होती तोच तिच्या स्मरणात एक गोष्ट आली .

सिद्धीच्या आईनं सिद्धीला मावशीबद्दल एक गोष्ट सांगितली होती . मावशी कॉलेज मध्ये असताना तिचं एक मुलावर प्रेम होतं .त्याचंही तिच्यावर होत म्हणे पण नंतर का आणि कशामुळे ते दोघे वेगळे झाले हे तिच्या आईला ला माहीत नव्हतं . मावशीनही एकेकाळी प्रेम केलं होतं म्हणून मावशी मला काही बोलली नसावी असा तर्क सिद्धीने लावला .

सिद्धीची मावशी खूप छान स्वयंपाक करायची . सिद्धीला ती रोज नवनवीन पदार्थ करून खाऊ घालायची . एके रविवारी सिद्धीचे आईबाबा तिला भेटण्यासाठी साताऱ्याला आले . आईबाबांना पाहून सिद्धीला खूप आनंद झाला . आई आणि मावशी बोलू लागल्या की सिद्धीला भीती वाटायची. पण सिद्धीचा मावशीवरती विश्वास होता . तिला खात्री होती की मावशी आईला काही सांगणार नाही तरी उगाच शंकेची पाल मनात चुकचुकायची . आईनेही मग सिद्धीची विचारपूस केली . बाबांनी तिच्याशी खूप गप्पा मारल्या .आणि मग एका दिवसाचा पाहुणचार घेऊन दोघे ही मुंबई ला परतले .

सिद्धीचीही सुट्टी संपली. तीही पुण्याला आली .सिद्धी ,अक्षता , अनघा , कादंबरी , प्रणाली , संजना आणि कादंबरी या सगळ्या हॉस्टेल

वरती तर राहत होत्या पण वेगवेगळ्या रूम मध्ये . जेव्हा सगळ्याजणींचं एकमेकींशी छान पटू लागलं तेव्हा सर्वांनी एकत्र राहण्याचं ठरवलं . पण हॉस्टेल मध्ये एका रूम मध्ये पाच च बेड ठेवण्यासाठी परमिशन होती . सगळ्या जणींनी वॉर्डन शी भांडून सहा बेड ठेण्यासाठी परमिशन मिळवली . सगळ्या एकमेकींना समजून घ्यायच्या पण तरीही त्यांच्यामध्ये तू तू मी मी व्हायचं आणि मग थोडेफार भांडणाचे खटके उडायचे .

12

सिद्धीचं दुसरं सत्र सुरू होऊन बरेच दिवस झाले होते . तिच्या क्लास मध्ये अक्षद नावाचा मुलगा होता . त्याला सिद्धी खूप आवडायची . प्रॅक्टिकल साठी तो सिद्धीच्या सोबत असायचा .एकदा प्रॅक्टिकल झाल्यानंतर सिद्धीला खूप भूक लागली होती म्हणून अक्षद ला सोबत घेऊन ती कॅन्टीन ला गेली . नाष्टा येताच सिद्धी नाश्त्यावरती तुटून पडली .

खाण बाजूला ठेऊन अक्षद की भलतीच गडबड सुरू होती .

त्याच्याकडे बघत सिद्धी म्हणाली .

"अक्षद नाष्टा करायचा सोडून तुझं काय चालू आहे ?"

.

"सिद्धी ते मला तुला काहीतरी सांगायचं आहे ".

"बोल काय सांगायचं आहे ?".

"तुला नवल वाटेल पण तू मला खूप आवडतेस .आणि हो तू मला अचानकपणे नाही आवडू लागलीस . खरंतर कॉलेज च्या पहिल्या दिवसापासून तू मला आवडतेस .प्रॅक्टिकल साठी तू माझी पार्टनर आहे हे समजल्यानंतर मी खूप खुश झालो होतो . तू काय वाटेल ?तू मला समजून घेशील या विचारात गेल्या सहासात महिन्यांत तुला सांगायचं राहून गेलं .

मला माहितेय तुझं दुसर्‍याकोणावर तरी प्रेम असेल . तुझ्या सारख्या सुंदर मुलीच प्रियकर नाही असं होणार नाही .पण माझं म्हणणं इतकंच आहे की तुझं माझ्यावर प्रेम नाही तर ओके पण तू मला तुझ्यावरती प्रेम

करू दे . मला तुझ्यावर प्रेम करण्याची परवानगी दे ?".

यावर तिला काय बोलावं काही सुचेनास झालं . आत्तापर्यंत सिद्धीला अनेक जणांनी प्रपोज केलं होतं पण अस काही कोणीच बोललं नव्हतं . शेवटी कस बस सिद्धी अक्षद ला समजावू लागली .

"अक्षद तू काय बोलतोयस हे तू .तू माझा फक्त चांगला मित्र आहेस. मला प्रॅक्टिकल करताना तुझी खूप मदत होते . आणि मला आवडतही तुझ्या सोबत प्रॅक्टिकल करायला . पण मी तुझ्या बाबतीत मी कधीही असा विचार केला नाही . आपण असच प्रॅक्टिकल पार्टनर राहूया ना ."

सिद्धीचं उत्तर ऐकून अक्षद नाराज झाला .

"अक्षद चल लेक्चर ला जाऊया ."

" मी नाही येत तू जा ".

"अक्षद अस करून कसं चालेल चल ". अस म्हणत सिद्धीने त्याचा हात पकडत त्याला लेक्चर ला घेऊन गेली .

रात्री सिद्धीने घडलेला सगळा प्रकार निलेश ला सांगितला. त्यात निलेश ला काही भलताच समज झाला .सिद्धीची काहीही चूक नसताना निलेश सिद्धीवरतीच चिडला . इथून पुढे मुलांशी बोलायचं नाही असं कठोर शब्दात सुनावलं .निलेश च हे बोलणं सिद्धीला अजिबात पटलं नव्हतं पण उगाच भांडण नको म्हणून तिनं निलेश न म्हणणं स्वीकारलं .

निलेश चा स्वभाव बदलत आहे हे सिद्धीला समजत होत . तो आत्ता सारखा काहींना काही कारणावरून सिद्धीवरती चिडायचा .कॉलेज मध्ये वार्षिक स्नेहसंमेलन होत. सिद्धीला त्यात भाग घायचा होता .अकरावी , बारावीमध्ये तिला भाग घ्यायचा होता पण मग निलेश सोबत जास्त वेळ घालवायला मिळणार नाही . म्हणून तिनं कोणत्याच स्पर्धेत भाग घेतला नव्हता.आत्ता सर्व गोष्टींमध्ये भाग घेण्याची तिची इच्छा होती पण निलेश ने नकार दिला . सिद्धीला तेव्हा खूप वाईट वाटलं जेव्हा आईनं भाग न घेण्याचं कारण विचारलं . इच्छा नाही असं सांगून सिद्धीने आईचे पुढचे प्रश्न टाळले .सिद्धी निलेश साठी वेळोवेळी तिचं मन मारत होती .

पुढे काही दिवसांनी सिद्धीला अर्जुन चा फोन आला. या वेळी अर्जुन ने खूप दिवसांतून फोन केला होता . आणि या वेळेस तो त्याची प्रेमकहाणी ऐकवत होता . चार पाच महिन्यांपासून त्याच एका मुलीवर प्रेम होतं .तिचंही त्याच्यावर होत . दोघे एकत्र फिरायचे ,मज्जा मस्ती करायचे . पण एके दिवशीअर्जुन ने त्या मुलीला एका दुसऱ्या मुलासोबत पाहिलं.अर्जुन ने तिथे जाऊन त्या मुलीच्या कानाखाली वाजवली .त्या मुलीने कबुल ही केलं की ती अर्जुन ला फसवत होती . मग अर्जुन आणि त्या दुसऱ्या मुलाची कॉलेज मध्ये चांगलीच मारामारी झाली . कसं बस बाकीच्या मित्रांनी त्यांचं भांडण संपवलं होत . सिद्धीला हे सगळं सांगत असताना ही अर्जुन प्रचंड चिडला होता . सिद्धीने आधी त्याला खूप समजावल आणि नंतर त्याच्यावर ओरडली .

"अर्जुन इथून पुढे लक्षात ठेव .काहीही झालं तरी कोणत्याच मुली वर हात उचलू नकोस .मग कारण काहीही असो .तू तिची कॉल किंवा मेसेज करून माफी माग."

"तुला माहितेय सिद्धी तू आणि अदिती सुट्टी ला इकडे आला असता ना तर मी तिला तुम्हाला भेटवणार पण होतो . पण त्या आधीच हे सगळं समोर आलं . " अर्जुन हलक्या सुरात म्हणाला .

"ठीक आहे सोड आत्ता ते सगळं तिला काही बोलू नकोस नशीब तरी तू तिच्यात खूप अडकण्यागोदर तीच सत्य तुझ्या समोर आले ते ".

अर्जुन ची ही गोष्ट सिद्धीने निलेश ला सांगितली . तर या वेळी ही निलेश सिद्धी वरतीच चिडला . चूक कोनचीही असो निलेश सिद्धीलाच खडेबोल ऐकवायचा .त्याच्या मनात संशयाने घर केलं होतं . त्याला अस वाटत होतं की सिद्धी त्याला सोडून जाईल म्हणून प्रत्येक गोष्टीसाठी तो सिद्धीला नाही म्हणायचा . निलेश सिद्धीला त्याच्या विचारांमध्ये बंदिस्त करण्याचा प्रयत्न करत होता . त्यात सिद्धी निलेश ची प्रत्येक गोष्ट ऐकत होती .

पुढे काही दिवसांनी सिद्धीच्या दुसऱ्या सत्राच्या परीक्षा जवळ येत होत्या . त्यातच निलेश मुंबई ला येण्यासाठी तिच्या मागे लागला होता . पण निलेश तीच काहीही ऐकूनच घ्यायचा नाही . निलेश हळू हळू विचित्र वागू लागला होता .

" निलेश आत्तापर्यंत मी तुझं खूप काही ऐकलं पण या वेळी मी तुझं काहीही ऐकणार नाही .किती वेळा सांगून झालं माझी परीक्षा आहे. आत्ता तिकडे यायला मला नाही जमणार. ही परीक्षा झाली की मी येते ना मुंबई ला .आणि आईबाबांना काय सांगू ?परीक्षा तोंडावर असताना मी मुंबई ला का येतेय ? निलेश शेवटचं तुला सांगते मला आत्ता मुंबई ला नाही येता येणार .परीक्षा झाली की मुंबई ला येते तेव्हा आपण भेटू या या वेळेस थोडस समजून घे ".

निलेश ने काहीही उत्तर न देता फोन ठेवून दिला . सिद्धी मुंबई ला येत नाही हे ऐकून निलेश ला दुःख होणार ,त्याचा अहंकार दुखावला जाणार हे सिद्धीला माहीत होतं . पण त्याचसोबत निलेश च वागणं चुकीचं होत .आणि त्याला वेळीच त्याची जाणीव करून देण ही गरजेचं होतं .म्हणून मग परीक्षा होई पर्यंत सिद्धी ने निलेश शी न बोलण्याचा निर्णय घेतला .त्या नंतर निलेश ने बऱ्याचदा सिद्धीला फोन केले पण सिद्धीने त्याच्या एकाही फोन च उत्तर दिलं नाही .

सिद्धीचा शेवटच्या पेपर च्या एक रात्र आधी निलेशचा तिला फोन आला . आधी ती फोन उचलणार नव्हती पण निलेश सोबत बोलून खूप दिवस झाले होते सिद्धीला निलेश चा आवाज ऐकायचा होता .म्हणून मग तिने फोन घेतला .

"हॅलो , सिद्धी उचलास का फोन ?का ग कशात एवढी गुंतलेली असतेस की मला साधा फोन करत नाहीस .मी केला तर उचलत नाहीस बोल ना ?. निलेशच्या आवाजावरून समजलं होत की तो दारू प्यायला आहे .

"निलेश तू दारू प्यायला आहेस .तू काय बोलतोयस तुझं तुला तरी कळतंय का ?आपण उद्या बोलू या तू आत्ता शुद्धीत नाहीस".

"नाही नाही मला आत्ताच बोलायचं आहे तुझ्याशी . तुझ्यामुळेच मी दारू घेतली . आत्ता तुला बरं वाटत असेल ना .हा बोल ना ".

"निलेश काय बोलतोयस तू मला काहीच समजत नाही ".

"बरोबर आहे आत्ता तुला नाहीच समजणार नाही .कारण आत्ता तुला बरं वाटत असेल ना .तू इकडे आली असतीस तर काय बिघडलं असत तुझं ?तुझ्या मुळे माझं कामात लक्ष नसायचं.कामात खूप चुका होत

होत्या.त्यामुळे मला कामावरून काढून टाकलं. सिद्धी तुझ्यामुळे माझी नोकरी गेली ."अस बोलून निलेश रडू लागला आणि त्याने फोन ठेऊन दिला .

निलेश च बोलणं ऐकून सिद्धीही रडू लागली . निलेश च्या अवस्थेला ती स्वतः जवाबदार आहे अस तिला वाटू लागलं होतं .तीच मन तिला खात होत .उद्या पेपर आहे हे लक्षात येताच तिनं स्वतःला सावरलं आणि अभ्यासाला बसली . तिच्या पुढ्यात पुस्तक होत आणि डोक्यात होता निलेश .

दुसऱ्या दिवशी सिद्धीने कसा बसा पेपर दिला आणि तडक रेल्वे स्टेशन ला गेली .अभ्यास करण्यासाठी आणि बॅग भरन्यासाठी मैत्रिणींनी सिद्धीला खूप मदत केली .

गाडीत बसल्यानंतर सिद्धीने मी मुंबई ला येत आहे असा मेसेज निलेश केला.पण निलेश ने त्याच काहीही उत्तर दिलं नाही . सिद्धी जरी निलेश ला भेटण्यासाठी जात होती तरी निलेश ला समोर जाण्याची तिला खूप भीती वाटत होती .रागात निलेश काय करेल याचा अंदाज सिद्धीला बांधता येत नव्हता . तो भेटल्यानंतर चिडेल ,रागवेल की आणखी काही करेल सिद्धीला काहीच समजत नव्हतं . गाडीत बसल्या पासून ते बिल्डिंग च्या पायऱ्या चढेपर्यंत सिद्धीच्या मनात धाकधूक सुरू होती . तोच निलेश तिच्या समोर आला . दोघांचीही पाऊले जागीच थांबली. हातातील बॅग तिनं खाली सोडली . निलेश सोबत त्याचा मित्र होता . निलेश ने मित्राला खाली जायला सांगितलं .क्षणभर कोणीही काहीही बोललं नाही . निलेश ला पाहून सिद्धीला रडू कोसळल.सिद्धीला रडताना पाहून निलेशचेही डोळे पाणावले . अलगद रडत्या सिद्धीला त्याने मिठीत घेतलं . निलेश सिद्धीला शांत करण्याचा प्रयत्न करत होता .निलेश ला घट्ट पकडून सिद्धी सॉरी वर सॉरी म्हणत होती . मनातील अपराध भाव अश्रूंच्या रुपात बाहेर पडत होता .कळतेच कुठून तरी सिद्धीला आईचा आवाज ऐकू आला . तशी ती भानावर आली .

"सिद्धी आत्ता तू घरी जा .आपण नंतर बोलू या ". अस म्हणत निलेश ने सिद्धीला जायला सांगितलं .निलेश ला सोडून सिद्धीला जाऊ वाटत नव्हतं . पण आईनं दोघांना एकत्र पाहिलं तर उगाच प्रकरण

आणखी वाढेल .असा विचार करून सिद्धी वर निघून गेली . आई समोरच्या काकूंशी गप्पा मारत उभी होती . या वेळी सिद्धीच्या चेहऱ्यावर चोरी पकडली न गेल्याच भाव दिसत होता .सिद्धीला पाहताच आई आनंदून गेली .

"सिद्धी लवकर आलीस मला वाटलं वेळ लागेल तुला पोहचायला ". सिद्धीची बॅग घेत आई म्हणाली .

"हा अग ते मी पेपर झाला की लगेच निघाले ना त्यामुळे लवकर पोहचले ".

" बर चल आत हातपाय धुवून घे .मी खायला करते तुझ्यासाठी काहीतरी . अस म्हणत दोघीही घरात गेल्या .

वेद आणि साक्षी अभ्यास करत बसले होते . आजी माळेचा जप करत बसली होती . सिद्धी ला पाहून साक्षी इतकी खूप झाली की तिने सिद्धीला मिठीच मारली .घराची ऊब काही वेगळीच असते . घरासारखा ओलावा ,आपलेपणा जगात दुसरीकडे कुठेही नाही मग जरी आपण उंच इमारतीच्या हॉटेल मधे असो वा अगदी सोन्याच्या मखरात .घर ते घरच .

सिद्धी हॅट पाय धुवून साक्षी सोबत गप्पा मारत बसली होती . तेवढ्यात सिद्धीचे बाबा कामावरून परत आले . बाबांना पाहताच सिद्धी त्यांच्या कुशीत शिरली . सिद्धीला खूप रडू येत होतं .पण तिन अवंढा गिळला .

"सिद्धी काय झालं बाळा ?".

"काही नाही बाबा ते पुण्याला असताना मला तुमची खूप आठवण यायची ." सिद्धी उदास होऊन म्हणाली .

"आम्हाला पण तर तुझी आठवण यायची . ही साक्षी तर म्हणायची दीदी ला इकडे बोलवा नाहीतर मला तिच्याकडे घेऊन चला . पण काय करायचं सांग ?. आपल्याला खूप शिकायचं आहे मग त्यासाठी पाखराला घरट तर सोडावं लागणार ना . त्याशिवाय पाखराला आकाशात उंच भरारी कशी घेता येईल ?.बर चल आधी मी हातपाय घुवून घेतो मग आपण बोलू ".अस म्हणत बाबा फ्रेश होण्यास गेले .

तेवढ्यात सिद्धीच्या लक्षात येते की आपण घरी पोहचल्याच मैत्रिणींना कळवलाच नाही. म्हणुन तिनं फोन हातात घेते तोच तिला निलेश चा मेसेज दिसला. सॉरी सिद्धी अस त्यानं लिहून पाठवलं होत . आपसूकच तिच्या चेहऱ्यावर हसू आल. इथून पुढे सगळं काही ठीक होईल असा विश्वास सिद्धीला वाटत होता . निलेश बदल घरी कोणालाही समजू नये म्हणून सिद्धीने निलेश चा नंबर नीला म्हणून सेव्ह केला .

आणि कादंबरी ला मी घरी व्यवस्थित पोहचले असा मेसेज केला .

सकाळ झाली .सिद्धीला निलेश ला भेटायला जात होतं .पण काय कारण सांगून घराबाहेर पडावं हे तिला समजत नव्हतं .कसं घराबाहेर पडता येईल याचा ती विचार करत होती .तेवढ्यात अर्जुन चा सिद्धीला फोन आला . सिद्धी घरी आल्याच त्याला त्याच्या बिल्डिंग मधील एका मित्रानं कळवलं होत . अस अचानक का घरी आलीस हे विचारण्यासाठी त्याने फोन केला होता . सिद्धीने खरं काय ते सगळं अर्जुन ला सांगून टाकलं तोच तिच्या डोक्यात एक कल्पना आली .

संध्याकाळी बाबा घरी आले . सगळं काही आवरून बाबा टीव्हीला बातम्या बघत बसले होते .

"बाबा अर्जुन उद्या मला भेटायला बोलावतोय .खूप दिवस झाले ना आम्ही भेटलो नाही .मग मी जाऊ का उद्या त्याला भेटायला ". अस बोलून सिद्धी बाबांच्या उत्तराची वाट बघत होती .

"उद्याच जायचं म्हणतेस ठीक आहे ये जाऊन ."

बाबांकडून होकार ऐकताच सिद्धीच्या चेहऱ्यावर चांद्रप्रमाणे हसू आलं . लगेच ही गोष्ट तिनं निलेश ला कळवली आणि सांगितलं की उद्या गार्डन मध्ये भेटायला ये .उद्याची सकाळ कधी उजडेल आणि आणि कधी निलेश कुशीत शिरेल अस सिद्धीला वाटत होतं .

13

दुसऱ्या दिवशी ठरल्याप्रमाणे निलेश आणि सिद्धी गार्डन मध्ये भेटले . निलेश ने त्याच्या वागणुकी बद्दल सिद्धीची माफी मागितली .सिद्धी निलेश च्या खांद्यावर डोकं ठेवून शांत पडली होती. तोच निलेश पुढे अस काही बोलला ज्याने सिद्धीचे डोळे पाणावले . तो दोन दिवसांनी कायमचाच गावी जाणार होता . गावी जाऊन तिथेच एखादी नोकरी करणार होता . त्याच्या आईवडीलांची तब्येत ही फारशी बरी नसे .अनायसे नोकरी गेलीच आहे म्हणून त्याने हा असा निर्णय घेतला .सिद्धीला वाईट तर वाटतच होत पण सोबतच तिला खूप टेन्शन आलं होतं . गावी याला नोकरी मिळेल का ? त्या नोकरीमध्ये तो खुश राहील का ? मग माझी आणि निलेश ची भेट होईल का ? असे एक अन अनेक प्रश्न सिद्धीला सतावत होते .तिच्या आणि निलेश मध्ये आत्ता कुठे सगळं काही नीट झालं होतं . त्यात तिला मिठाचा खडा टाकायचा नव्हता .

निलेश गावी जाऊन महीना झाला होता .अजून पर्यंत त्याला गावी काही नोकरी मिळाली नाही .तो घरचीच शेती सांभाळत होता . निलेश मूळचा सोलापूरचा .तिथेच त्याच घर होत ,शेती होती . निलेश ला एक मोठी बहीण होती या आणि एक भाऊ होता .त्याच्या लग्नासाठी सगळे स्थळ शोधत होते .निलेश जवळ नसायचा त्यामुळे सिद्धीलाही घरी करमायच नाही . म्हणून मग ती अर्जुन ला घरी जेवण करण्यासाठी बोलवायची . त्यातच तिचा वेळ जायचा आणि अर्जुन सोबत छान गप्पा रंगायच्या . अश्यातच सिद्धीची सुट्टी संपली आणि ती पुण्याला आली .

पुढे काही ना काही कारणांवरून सिद्धी आणि निलेश मध्ये भांडण होऊ लागलं .तेव्हा सिद्धी सोबत अर्जुन ही निलेश ला समजवायचा पण त्यावर निलेश आणखी चिडायचा त्याला अर्जुन चा राग येऊ लागला होता . अचानक निलेश ला के सुचलं काही माहीत नाही तो सिद्धीला सोलापूरला बोलावू लागला . एका दिवसात सोलापूर ला जाऊन निलेशला भेटून पुण्याला परत येणं सिद्धी साठी अवघड होतं .

निलेश चा फोन आला तेव्हा सिद्धी त्याला म्हणाली .

" हे बघ निलेश मला एका दिवसात सोलापूरला तुला भेटून परत येणं कसं जमणार ? त्यापेक्षा तूच ये मला सोलापूरच काही माहीत ही नाही".

"बरं करतो मी काहीतरी. मी येतो तुला भेटायला ". अस बोलून निलेश ने फोन ठेवून दिला . कर्ज काढून निलेश ने टेम्पो विकत घेतला होता आणि आत्ता तो त्यातून भाजीपाल्याची वाहतूक करत होता . सिद्धीला त्याच हे काम अजिबात पटलं नव्हतं .कोणताही काम छोट किंवा मोठं नसत काम काम असत .या मताची सिद्धी होती .पण निलेशमध्ये क्षमता होती .त्याने ती वाया घालवू नये असं सिद्धीला वाटत होतं . शिवाय सिद्धीचं शिक्षण बघता घरचे तिच्यासाठी डॉक्टर मुलगा शोधणार हे ठरलेलेच होत कोणीही न ठरवता . तिला दोघांच्या भविष्याची चिंता वाटत होती .

सिद्धीला भेटायला जायचं होतं म्हणून निलेश ने टेम्पो वरती त्याच्या एका मित्राला पाठवून दिल आणि तो सिद्धीला भेटण्यासाठी पुण्याला गेला . निलेश ला पाहून सिद्धीला खूप आनंद झाला . निलेश पहिल्यांदा सिद्धीला भेटण्यासाठी आला होता . सिद्धीने त्याची ओळख सगळ्या मैत्रिणी सोबत करून दिली . निलेश तिच्या मैत्रिणी सोबत खूप शांतपणे बोलत होता हे पाहून सिद्धीला खूप छान वाटलं . निलेश फोन वरती बोलताना सिद्धीशी सारखा वाद घालायचा .आणि सिद्धी समोर असताना तो चुकीचा एक अवाक्षर ही तोंडातून बाहेर काढायचा नाही . याच सिद्धीला खूप नवल वाटायचं . कदाचित हीच प्रेमाची ताकद असेल .आपण ज्या व्यक्तीवरती प्रेम करतो तिला एकदाच पाहता आपला सगळा राग निवळून जातो. अस आत्ता सिद्धीला वाटू लागलं होतं .

त्या दिवशी निलेश आणि सिद्धीने खूप छान वेळ सोबत घालवला . सिद्धीला सुरुवातीच्या दिवसांची आठवण झाली . शेवटी निलेश परत जाताना सिद्धीला खूप दुःख होतंय याची वार्ता निलेश ला तिच्या डोळ्यातल्या आसवांनी दिली . पुण्यावरून परत घरी पोहचायला निलेश ला खूप उशीर झाला . जेव्हा आईबाबांनी त्याला घरी उशिरा पोहचण्याच कारण विचारलं तेव्हा निलेश ने त्यांना सगळं खर सांगितलं .

"आई बाबा मी मुंबई ला होतो तेव्हापासून माझं एका मुलीवर प्रेम आहे .आत्ता ती पुण्याला असते डॉक्टर बनण्याचं शिक्षण घेतेय .तिलाच भेटण्यासाठी पुण्याला गेलो होतो .तिथून निघायला उशीर झाला त्यामुळे घरी पोहचायला उशीर झाला ".

हे ऐकताच निलेश चे बाबा खूप भडकले . हे सगळं करण्यासाठी मुंबई ला गेला होतास का ? या मुलींमुळेच तुझी नोकरी गेली का ? रागाच्या भरात त्याचे त्याला खूप बोलले .

पण जेव्हा निलेश ने त्यांना सिद्धीचा फोटो दाखवला तेव्हा त्यांचा राग शांत झाला . सिद्धी त्यानं पसंत पडली व त्यांनी लगेच सिद्धीला भेटण्याची ईच्छा व्यक्त केली . निलेशचा त्याचा कानांनावर विश्वासच बसत नव्हता .त्याने पसंत केलेली मुलगी आईवडीलांही पसंत आहे ही बाब त्याच्यासाठी खूप मोलाची होती .

निलेशला ही गोड बातमी लगेच सिद्धीपर्यंत पोहचवायची होती .पण तेव्हा रात्रीचे एक वाजले होते .सिद्धीची झोपमोड करायला नको असा विचार करून निलेश गप्प बसला .

पण दुसऱ्या दिवशी सकाळी सकाळी निलेश ने काल रात्री जे काही घडलं होत ते सगळं काही सिद्धीला सांगून टाकल. सिद्धीच्या आनंदाचा ठिकाणाच उरला नाही .तिलाही आत्ता तिच्या होणाऱ्या सासू सासऱ्यांना भेटायचं होत . निलेश ला विचारून लगेच तिन दोन तीन दिवसांसाठी लागणारे कपडे बॅगेमध्ये भरली . आणि घरी कार्यक्रम आहे असं सांगून हॉस्टेल मधून बाहेर पडली . सिद्धी बस मध्ये बसल्यापासून निलेश तिला दर दहा मिनीटांनी कुठे पोहचलीस म्हणून विचारत होता .त्याचे फोन उचलून सिद्धी हैराण झाली . एकदाची सिद्धी सोलापूर मध्ये पोहचली . निलेश तिला घ्यायला आला . जग जिंकल्याचा आनंद

त्याचा चेहऱ्यावर दिसत होता .

दोघेही घरी पोहोचल्यानंतर निलेश च्या आईने दोघांवरून भाकर तुकडा ओवाळून टाकला .सिद्धीला खूप अवघडल्यासारख झालं होतं . पण जेव्हा त्या प्रेमाने सिद्धीची विचारपूस करू लागल्या .तेव्हा हे सगळं काही सिद्धीला आवडू लागलं . निलेश च घर जास्त मोठं नव्हतं पण सुंदर होत .निलेश च्या आईने सगळं जेवण सिद्धीच्या आवडीचं केलं होतं .जेवण करून सगळे जण गप्पा मारत बसले . सिद्धीला तेवढी निलेश च्या बाबांची भीती वाटत होती .चेहऱ्यावरून ते खूप रागीट स्वभावाचे वाटत होते . तोच शेजारच्या चार पाच बायका तिथे आल्या आणि सिद्धी बदल चौकशी करू लागल्या . कोण आहे ही पाहुनी ?कुठून आली?किती दिवसांसाठी आली ? तिच्या लग्नाचं काही बघणार आहेत का ?असे बरेच प्रश्न करू लागल्या . मग दूरची पाहुनी आहे असं सांगून निलेश च्या आईनं सगळ्यांना कटवल. रात्री सिद्धी पलंगावरती आणि बाकी सगळे जण खाली झोपले .सिद्धीला खूप वेगळं वाटत होत .नवीन ठिकाणी तिला झोप ही लागत नव्हती.ती एका कुशीवरून दुसऱ्या कुशीवर होत होती . तेवढ्यात निलेश ला जाग आली .

"इतका वेळ झाला झोपली का नाहीस ".अस निलेश ने हळू आवाजात सिद्धीला विचारलं .

"नवीन जागा आहे त्यामुळे झोप लागत नाही "सिद्धी म्हणाली . मग दोघेही मेसेज वरती बोलू लागले .निलेश सोबत बोलता बोलता सिद्धी झोपी गेली .

सिद्धीसाठी निलेश च्या घरी घालवलेले ते दोन दिवस चुटकीसारशी गेले .निलेश कुटुंब सिद्धीला खूप आवडलं होत . सिद्धी ही आईबाबांना आवडली होती .निलेशच्या मोठ्या भावाला आणि आणि त्याच्या बहिणीला सिद्धी आणि निलेश बदल काही सांगितलं नव्हतं .दादा ला निलेश आणि सिद्धीचं नात पटणार नाही पटणार याबद्दल कोणालाही काहीही सांगता येत नव्हतं . आणि बहिणी ला न सांगण्याचं कारण की तिच्या सासरी समजलं तर सासरचे लोक काहीतरी वेगळा अर्थ काढतील म्हणून तिला ही सांगितलं नाही . तिथून जाताना सिद्धीचा पाय निघत नव्हता . आयुष्यभर असच शांत वातावरणात निलेश सोबत राहावं अस

सिद्धीला वाटत होतं .

14

असेच दिवस जात होते .निलेश आणि सिद्धी मध्ये सगळं काही चांगलं सुरू होत . एके दिवशी सिद्धी मैत्रिणीसोबत बाहेर चालली होती . म्हणून आवरून झाल्यानंतर तिनं तिचा फोटो काढून निलेश ला पाठवला . सिद्धीचा सुंदर फोटो निलेश ला खूप आवडला . पण नंतर त्याला सिद्धीचं अस चांगलं तयार होऊन बाहेर जाण खटकू लागलं .निलेश ला आवडत नाही म्हणून सिद्धीने आधीच मुलांशी बोलणं बंद केलं होतं . अगदी वर्गमित्रांसोबत ही सिद्धी फारस काही बोलत नसे .कोणी काही विचारेल तेवढ्याच उत्तर द्यायची . त्यात आत्ता सिद्धी कसं तयार व्हावं ?केवढा मेकअप करायचा हे ही आत्ता निलेश ठरवणार . निलेश च हे वागणं सिद्धीला अजिबात पटत नव्हतं . मग असंच छोट्या मोठ्या कारणांवरून सिद्धी आणि निलेश मध्ये भांडण होऊ लागली .

पुढे काही महिन्यांनी सिद्धीचं दुसरं वर्ष पूर्ण झालं . सुट्यांमध्ये सिद्धी घरी गेली . अदिती ला ही सुट्या लागल्या होत्या त्यामुळे तीही मुंबईत आली . मग सिद्धी अर्जुन आणि आदीतीने कॉफी कॅफे मध्ये भेटायचं ठरवलं .

एके दिवशी ठरल्या प्रमाणे सिद्धी आणि अर्जुन कॅफे मध्ये वेळेवर पोहचले . अदितीला मधेच काही तरी काम निघालं म्हणून मला उशीर होईल असा मेसेज तिनं सिद्धी ला पाठवला.

"यार अर्जुन हे बघ अदितीला लेट होणार आहे .कसं ना हीच? हिला आत्ताच कामात अडकायच होत ?. सिद्धी जरा रुसव्या सुरात म्हणाली .

"ठीक आहे ना असही आपल्याला काय घाई आहे.आत्ता आपण थोडस खाऊन घेऊ या पुन्हा ती आली की तिला सोबत करूया ."अर्जुनच्या बोलण्याने सिद्धी ला हसू आलं .तिला हसताना पाहून अर्जुन ही हसू लागला .

त्याच कॅफे मध्ये निलेश चा मित्रही आला होता .त्यानं निलेश ला फोन केला व अर्जुन आणि सिद्धी दोघेच कॅफे मध्ये बसले आहेत असं सांगून तो कॅफे मधून निघून गेला .

मित्राचा फोन झाल्यानंतर निलेश ने सिद्धीला फोन केला . निलेश ला समजलं की मी अर्जुन आणि अदिती ला भेटण्यासाठी बाहेर आली आहे हे समजल तर निलेश खूप चिडेल असा विचार त्या वेळी सिद्धी ने केला .शिवाय अर्जुन समोर निलेशचा फोन न घेतलेलाच बरा .अर्जुन मग भांडण सोडवण्यासाठी मध्ये पडेल आणि मग निलेश पुन्हा अर्जुनलाच बोलणार .म्हणून मग हा सगळा प्रकार रोखण्यासाठी सिद्धीने निलेश चा एकही फोन उचलला नाही .

थोड्या वेळाने आदीतीही आली . मग तिनंही जणांच्या छान गप्पा रंगल्या .

दुसऱ्या दिवशी सिद्धीला निलेश चा फोन आला .त्या दिवशी सिद्धीशिवाय घरी कोणीच नव्हतं .

"हॅलो काल मी तुला काल किती फोन केले एक पण उचलता नाही".

"अरे ते काल मी ,"

"आता तू काहीच बोलु नकोस सिद्धी .मला माहितेय जे काही सांगशील ते खोटंच असणार. मला माझ्या मित्राने सगळं काही सांगितलं आहे काल कॅफे मध्ये काय घडलं ते . " सिद्धीला मध्येच थांबवत निलेश म्हणाला .

"निलेश तू काय बोलतोयस ?अरे माझं एकदा ऐकून तरी घे ". सिद्धी म्हणाली .

"हे बघ सिद्धी मला तुझं काहीही ऐकण्यात रस नाही .मला माहितेय तू आणि अर्जुन ने मिळून मला फसवलं आहे .सिद्धी तू माझा विश्वासघात केला आहे .काल कॅफे मध्ये गेली होतीस ना अर्जुन ला भेटायला .मस्त सुरू आहे ग तुझं आयुष्य .खुश आहेस का मग?". निलेश

चिडून बोलत होता .

निलेश एकामागून एक आरोपांचे बाण सिद्धीवर्ती सोडत होता .सिद्धी निलेश ला समजावण्याचा खूप प्रयत्न करत होती . पण निलेश काहीही ऐकायला तयार नव्हता .त्याच्या मनात राग तर डोक्यात संशय भरलेला होता . जिथे सिद्धीच्या समजण्याला ,तिच्या स्पष्टीकरणांना अजिबात जागा नव्हती .

" निलेश अरे तिथे मी अदिती आणि अर्जुन भेटणार होतो .अदितीला यायला उशीर झाला म्हणून मग आम्ही दोघेच बोलत असताना तुझ्या मित्रानं पाहिलं आणि त्याचा गैरसमज झाला ."

सिद्धी निलेश ला समजावत असताना निलेश ने मध्येच फोन ठेवून दिला .

दररोज नव्याने उगणाऱ्या सुर्याप्रमाणे सिद्धी रोज निलेश ला समजवण्याचा प्रयत्न करायची . पण तिचे प्रयत्न व्यर्थ जायचे . एके दिवशी सिद्धीला अर्जुन च फोन आला . निलेश ने तिच्या आणि अर्जुन बाबतीत जो काही गैरसमज करून घेतलाय त्या बदल अर्जुन ला काहीही समजलं नाही पाहिजे .अस तिनं मनाशी ठरवून अर्जुन चा फोन उचलला .

पण अर्जुननेच तिला धक्का दिला . अर्जुन च बोलणं ऐकून सिद्धीला निलेश चा खूप राग आला .

निलेश च्या मित्रांनी अर्जुन ला खूप मारलं होत .आणि सिद्धी पासून दूर राहायचं अशी धमकी ही त्याला दिली होती .

अर्जुन निरागस होता .अर्जुन ची काहीही चूक नसताना त्याला हे सगळं सहन कराव लागलं .या गोष्टीच सिद्धीला खूप वाईट वाटलं .

दुसऱ्या दिवशी बाबांसोबत सिद्धी अर्जुन ला भेटायला त्याच्या घरी गेली .अर्जुनच तोंड हात सुजलेला होता . छोटासा अपघात झाला असल्याचं अर्जुन ने घरी सांगितलं होतं . अर्जुन ची अवस्था पाहून सिद्धीला रडू कोसळल.

अर्जुन ची विचारपूस करून सिद्धीचे बाबा कामावरती गेले .

सिद्धी ने निलेश ला फोन केला .

"निलेश काय सुरू आहे तुझं ?तूझ्या मित्रांनी अर्जुन ला मारल .त्याची काहीही चूक नसताना .असा कसा वागू शकतोस तू ?."

" त्याच्यामुळेच झालंय सगळं .म्हणून फक्त तुझ्यापासून दूर राहायला सांगितलं आहे ".

" अरे पण त्याने काही केलेलेच नाही .अर्जुन तुझा पण तर मित्र आहे अस कस वागतोस तू ?जरासुद्धा विश्वास राहिला नाही का निलेश तुझा माझ्यावर ?".

"हो नाहीच राहिला तुझ्यावर विश्वास खूप बदलली आहेस तू .आधीची सिद्धी राहिली नाहीस ."

"हे बघ निलेश मी तुला हवं तसं वागेन पण तू आधी अर्जुन ची माफी माग त्याची या सगळ्यात काहीही चूक नाही .किती मारलंय त्याला तुझ्या मित्रांनी ."

" मी अर्जुन ची माफी नाही मागणार .माझं काहीही चुकलं नाही .त्याच्यामुळेच आपल्यात भांडण झाल."

"निलेश अर्जुन मुळे नाही तर तुझ्यामुळेच आपल्यात भांडण झाल .तुझा माझ्यावर विश्वास नाही तू माझ्यवर संशय घेतलास ".

"हे बघ तू आत्ता ही अर्जुन ची बाजू घेत आहेस .या वेळी तू माझी बाजू घ्यायला हवीस."

तुला समजत कस नाही अर्जुन ला मारून तू चूक केली आहेस .या सगळ्यात विनाकारण तो भरडला गेला आहे .त्यामळे तुला त्याची माफी मागावीच लागेल .

"मी काही ऐकणार नाही तुझं .मी माफी वगैरे नाही मागणार ".

" निलेश जर तू अर्जुन ची माफी नाही मगितलीस तर हा आपला शेवटचा फोन असेल ."

" शेवटी खरं काय ते समोर आलंच .तु आणि अर्जुन फसवत होता ना मला . हे बघ मी अर्जुन ची माफी नाही मागणार तुला जे काही करायचं आहे ते कर ".

निलेश बोलत असतानाच असह्य होऊन सिद्धीने फोन ठेवून दिला .सिद्धी ओक्साबोक्शी रडू लागली .सिद्धीला रडताना पाहून अर्जुन ला खूप वाईट वाटत होतं . सिद्धी आणि निलेश मध्ये त्याच्याच मुळे

भांडण झालं होतं ही बाब त्याला सतावत होती .

नात कोणतंही असो प्रियकर-प्रियसी , ग्राहक -व्यापारी , पालक -मुले यांच्यामध्ये विश्वास महत्त्वाचा . आपण सगळे मनुष्यप्राणी एखाद्यावरती चटकन विश्वास ठेवत नाही . सहवासाने तो एखाद्यावर वाढत जातो . मग पुढे ज्याची त्याची जवाबदारी ठेवलेला विश्वास जपायचा की समोरच्याचा विश्वासघात करायचा ?.

15

सुट्टी संपल्यानंतर सिद्धी पुण्याला परत आली . हॉस्टेल वरच्या जेवणाला कंटाळून सिद्धी आणि तिच्या मैत्रिणीनी हॉस्टेल सोडलं व रूम घेऊन राहू लागल्या . अर्जुन च्या प्रकरणानंतर निलेश सिद्धी ला रोज फोन करायचा .मेसेज करायचा पण ती कशालाच उत्तर द्यायची नाही .एके दिवशी निलेश ने सिद्धीला वेगळ्या नंबर वरून फोन केला .तेव्हा सिद्धीने अनावधानाने फोन घेतला .निलेशचा आवाज ऐकल्यानंतर ती फोन ठेवणार तेवढ्यात निलेश रडू लागला .अर्जुन ला केलेल्या मारहाणी साठी निलेश माफी मागत होता .सिद्धी मला फक्त आणखी एक चान्स दे .मी पुन्हा अस नाही वागणार अस सतत बोलत होता .सिद्धी साठी निलेश ला विसरणं ना सोपं नव्हतं .जितका त्रास निलेश ला होत असे तेवढाच त्रास सिद्धी ला ही व्हायचा .म्हणून मग तिने निलेश ला आणखी एक चान्स द्यायचा ठरवलं.

निलेश काय म्हणाला ते सिद्धी ने सगळं काही अर्जुन ला सांगितलं .त्याचंही हेच मत होतं की निलेश ला आणखी एक चान्स मिळलायला हवा.मग सिद्धीला खात्री पटली की ती जे करतेय ते बरोबर आहे .निलेश आत्ता सगळ्या गोष्टी सिद्धीच्या कलानं घेण्याचा प्रयत्न करायचा .एके दिवशी बोलता बोलता निलेश सिद्धी ला म्हणाला .

"सिद्धी मी काय विचार करतोय आपण फोन वर बोलण्याऐवजी भेटून बोलू या का ? तसं आपल्याला नीट सविस्तर बोलता येईल .आपण आपल्यातील गैरसमज दूर करूयात . "

निलेश पहिल्यांदा समजदार पणे बोलत होता .त्यामुळे सिद्धी लगेच त्याला संमती दर्शवली .या वेळी सिद्धीने निलेश कडे जायचं ठरवलं .प्रेमासाठी सिद्धी वेळोवेळी पाहिलं पाऊल उचलत होती .

एके दिवस रविवार सुट्टीचा दिवस बघून सिद्धी निलेश ला भेटायला निघाली . सिद्धी च्या मनात आस होती .ती खूप खुश होती .निलेश आणि तिच्या दुबळ्या होत असलेल्या प्रेम संबंधाला नव्याने प्रेमाने कलय करण्यासाठी सिद्धी निलेशकडे जात होती .

निलेश स्टँडवरती आधीच पोहचला होता . सिद्धीला गाडीतून उतरल्या उतरल्या त्याने मिठीत घेतलं . निलेश नेहमी प्रमाने खूप दिसत नव्हता . त्याने केलेल्या कृत्यामुळे त्याला दोषी वाटत असाव. तुटलेली दोरी पुन्हा जोडल्यानंतर जशी गाठ राहते अगदी तशीच गाठ निलेश आणि सिद्धी नात्यात निर्माण झाली होती . निलेश ने पुन्हा एकदा घडलेल्या सर्व प्रकाराबद्दल निलेशच्या माफी मागितली . सिद्धीने ही मोठ्या मनाने त्याला माफ केलं .सिद्धीला भूक लागली होती म्हणून निलेश तिला मिसळपाव खाण्यासाठी घेवुन गेला .दोघेही गप्पा मारत नाश्ता करत बसलेले असतात . तेवढ्यात सिद्धीचा फोन वाजतो . सिद्धी पाहते तर

तिच्या सिनिअर चा फोन होता . पण त्याचा फोन महत्वाचा नसल्यानं सिद्धीने फोन कट केला . नंतर सारखा च फोन येऊ लागला म्हणून मग निलेश ने च तिला फोन घे म्हणून सांगितलं .सिद्धीचा सिनिअर तिला एक डान्स स्पर्धेसाठी त्याच्या टीम मध्ये येशील का म्हणून विचारत होता . सिद्धीने बऱ्याचदा त्याला नाही म्हणून सांगितलं होतं . तरीही आज त्याने फ़ोन केला म्हणून सिद्धीला त्याचा खूप राग आला .शेवटी जर आवाज चढवून सिद्धीने त्याला नाही म्हणून सांगून फोन ठेवून दिला .

एकाकी निलेश ला काय झालं काय तो सिद्धीवरती मोठ्याने बोलू लागला .

" तुला सांगून सुद्धा समजत नाही का ?कधी शाहण्यासारखी वागणार आहेस?"

"निलेश काय बोलतोयस तू ? काय झालं तुला अचानक ? जरा मला समजेल अस बोल ."

निलेश च्या वागण्याने सिद्धी गोंधळात पडली होती .

"तुला खरचं काहीही समजत नाही .ठीक आहे मीच सांगतो आधी अर्जुन आणि आत्ता हा कोण सिनिअर आहे तो आणि उद्या दुसरा कोनीतरी ."

"निलेश तू आत्ता वाटेल ते बोलतोयस ".

चुकतंय तुझं वाटेल ते नाही जे खरं आहे तेच बोलतोय मी .तुझे काय धंदे चालू आहेत ते सगळं समजतंय मला ."

"निलेश तोंड सांभाळून बोल .मी काहीही चुकीचं केलेलं नाही .आणि लोकं बघत आहेत आपल्याला .तू शांत हो आपण दुसरीकडे जाऊन बोलू या "

"का ?कशाला दुसरीकडे?मला इथेच बोलायचं आज कळू देत ना लोकांनाही कश्या असतात तुझ्या सारख्या मुली . "

"निलेश तुझं डोकं फिरलाय .काहीही वेड्यासाखा बोलत आहेस ". सिद्धी अस बोलताच निलेश ने सिद्धी वरती हात उगारला . लोकांसमोर सिद्धीने कधीही एवढं अपमानास्पद आणि असहाय्य स्वतःला अनुभवलं नव्हतं .

निलेश नशा करून बोलत होता .तो संशयाच्या नशेने झिंगला होता .त्याला समजवण्याचा काहीही फायदा होणार नव्हता .गाळात बुडालेल्या माणसाची आणि संश्याने वेढलेल्या माणसाची लवकर सुटका होत नाही हेच खरं आहे .निलेश आणि सिद्धी भोवती बघ्यांची गर्दी वाढू लागली .सिद्धी निलेश ला काहीही बोलली नाही .टेबल वरती पैसे ठेवून असंख्य वेदनांची शिदोरी घेऊन ती तिथून निघून गेली .

16

रूम वर परतायला सिद्धीला रात्र झाली . सिद्धीला पाहून सगळ्या मैत्रिणी घाबरल्या .रूम मधून बाहेर पडलेली सिद्धी हसतमुख होती . आणि परत आलेली सिद्धी कोमेजलेल्या फुला सारखी दिसत होती . रडून रडून तिचे डोळे लालबुंद झाले होते .

जेव्हा अक्षता ने काय झालं म्हणून विचारलं तेव्हा सिद्धीच्या अक्रोशाने सहनशीलतेचा बांध फोडला . सिद्धी अक्षताला मिठी मारून रडू लागली . हुंदके देत सिद्धी रडू लागली.सिद्धीची अवस्था पाहून सगळ्यांना खूप वाईट होत .

शेवटी खूप प्रयत्न करून सगळ्यांनी सिद्धला जरा शांत केलं .निलेश ने तुझ्या सोबत काय केलं अस विचारलं असता सिद्धीने घडलेला सगळा प्रकार मैत्रिणींना सांगून टाकला .

सगळ्यांना निलेशचा खूप राग आला होता .

आपला समाज सर्व स्त्रियांकडे एकाच चष्म्यातून बघत असतो . प्रत्येक वेळी चूक ही एका स्त्रीचीच नसते आणि पुरुषांकडून झाली तर त्यांना जवाब कोण विचारत .शिंतोडे मात्र नेहमी बाईच्याच चारित्र्यावरती उडतात .

नेहमीप्रमाणे वेळ गेल्यानंतर निलेश ला त्याची चूक समजली . या वेळेस निलेश ला सजमल होत की तो सिद्धीला कायमचा गमावून बसला आहे .तरीही त्याला अस वाटत होतं की सिद्धीने मला समजून घ्यायला हवं होत . निलेश ला खूप राग आला होता . निलेश बार मध्ये गेला .सिद्धीला आठवून निलेश एक एक करून बॉटल संपवत होता

.सगळं काही निलेश च्या हातून निसटत होत.निलेश ला समजत होत सगळं काही त्याच्या रागामुळे होत आहे .क्षणात होत्याच नव्हतं झालं .दारूच्या नशेत निलेश ने गाडी लाल बत्तीच्या गल्लीत वळवली . ते थेट सकाळी दारुची नशा उतरल्यावर वरच उठला .व स्वतःच्या नजरेत बदमान होऊन आला .

आयुष्यात एक निर्णय चुकला की पुढे त्याचे उलट परिणाम हे दिसणार नियती चा तसा नियमच आहे .निलेश चुकांवर चुका करत होता . त्यालाही समजलं होत की तो सिद्धी साठी योग्य नाही. सोबतच त्याला सिद्धीलाही सोडायच नव्हतं .निलेशच सिद्धीवरती खूप प्रेम होतं पण ते स्वार्थी होत ,ना ते कधी शुद्ध होत आणि ना ही स्वतंत्र .निलेश सिद्धीला आपल्या कैदेत ठेवण्याचा प्रयत्न करायचा .निलेश ला प्रेमाचा अर्थच मूळात समजला नव्हता . हे अस प्रेम नसत .निलेश च वागणं म्हणजे विकृती होती . सुरुवातीला सिद्धीला वाटत होतं की निलेश ला प्रेम व्यक्त करणं येत नाही .कदाचित या पद्धतीने तो प्रेम व्यक्त करत असावा .पण ते प्रेम नसून निलेशचा विचित्र स्वभाव होता .

त्या दिवसानंतर दोन दिवस सिद्धी काही कॉलेज ला गेली नाही . खिडकी समोर उभी राहून बाहेर ची दृश्य ती बघत होती . सिद्धी आतून खूप खचली होती . तिचा आत्मविश्वास, आत्मसन्मान ,स्वाभिमान दुखावला होता . सिद्धीने खूप विचार केला व निलेश पासून वेगळं होण्याचा निर्णय घेतला .निलेश च्या संशय घेण्याच्या प्रवृत्तीवर काहीच इलाज नाही हे सिद्धीला समजलं होत. निलेश च्या अश्या वागण्यामुळे ना तो खुश राहू शकतो ना सिद्धी खुश राहू शकली असती . दोघांच्याही भल्यासाठी एकमेकांपासून दूर राहणच योग्य होत .हे सिद्धीला पुरेपूर पटलं होत .

सुरुवातीला सिद्धीला खूप त्रास झाला . निलेश रोज नव्या नंबर वरून सिद्धीला पोषण करायचा .अक्षता , अनघा ,कादंबरी, प्रणाली , संजनालाही निलेश फोन करून त्रास द्यायचा .पण सगळ्या जणी त्याच्या फोन कडे दुर्लक्ष करायच्या . निलेश ला विसरणं सिद्धी साठी सोपं नव्हतं .दर रात्री निलेश च्या आठवणींनी सिद्धी रडत झोपी जायची .

निलेश शांत बसणाऱ्यातला नव्हता .अधून मधून निलेश सिद्धीला मेसेज वरून धमकीही द्यायचा .माझ्याशी बोलली नाहीस तर तुझ्या कॉलेज मध्ये येऊन राडा करेन, तुझ्या घरी आपल्याबद्दल सगळं काही सांगेन ,तुझ्या छोट्या बहिणीला माझ्या प्रेमाच्या जाळ्यात अडकवेन . अश्या बऱ्याच धमक्या निलेश सिद्धीला द्यायचा.सिद्धी सुरुवातीला त्याच्या धमक्यांना घाबरायची .पण तिच्या मैत्रिणींमुळे तिला धीर यायचा .नंतर नंतर तर सिद्धी ने त्याच्या धमक्यांना कचऱ्यात जमा केल. निलेश कडे परत जाण्याऐवजी जी काही परिस्थिती येईल त्याला तोंड द्यायचं सिद्धीने ठरवलं. निलेश पासून वेगळं झाल्यापासून सिद्धीला मुक्त पक्ष्यासारखं वाटायचं .तिला दुर्बल करणार प्रेम आत्ता तिच्या सोबत नव्हतं .ना सिद्धीच्या पायात आत्ता निलेशच्या भीतीच्या साखळ्या होत्या .

17

वेळ हे सर्व समस्यांवरील औषध आहे . जसा जसा वेळ गेला तशी सिद्धी स्थिरावली होती . तिसऱ्या वर्षात सिद्धीने पहिला नंबर पटकावला .अश्यातच अर्जुन ची डिग्री पूर्ण झाली . एक दोन महिन्यानंतर त्याला वडिलांच्या ओळखीने एका केमिकल कंपनी मध्ये जॉब लागला . अर्जुन ला तेव्हा जॉब करायचा नव्हता .पण त्याचे वडील त्याला म्हणाले . काम कसलंही असू देत पण कुठून तरी सुरुवात ही करावी च लागेल . सिद्धीला अर्जुन साठी चांगलं वाटत होतं . नोकरीमुळे अर्जुन ला जवाबदारीची जाणीव होईल म्हणून सिद्धीला त्याचा आनंद होता .

सिद्धीने निलेश चा विचार करणं सोडून दिलं होतं . निलेश नि सिद्धीला मेसेज करणं, वेगवेगळ्या नंबर वरून फोन करणं .हे असले प्रकार त्याने बंद केले होते . त्यामुळे सिद्धीला होणारा बराचसा त्रास कमी झाला . सिद्धी आत्ता मुक्तपणे विचार करत होती . सिद्धीला सावरण्यासाठी तिच्या मैत्रिणीनी तिला खूप मदत केली .

सिद्धीचं मन रमवण्यासाठी त्या सिद्धीला बाहेर फिरायला घेऊन जात . कादंबरी , संजना जोक सांगून सिद्धीला हसवण्याचा प्रयत्न करायच्या . आजकाल रस्त्यावरून चालत बोलत लोक प्रेमात पडतात . प्रेम करणही सोपं आहे .पण ते निभावणं महा कठीण .आणि त्याहून अवघड कोणती गोष्ट असेल तर ती म्हणजे आपण ज्या व्यक्तीवर प्रेम केलं त्याला विसरणं . सिद्धीन तीच आणि निलेश च नात टिकवण्यासाठी भरपूर प्रयत्न केले होते . ज्या गोष्टीं निलेश ला आवडायच्या नाहीत त्या सगळ्या सिद्धीने बंद केल्या होत्या . कारण

निलेश सिद्धीसाठी जास्त महत्वाचा होता . निलेश वरच्या प्रेमासाठी सिद्धीने तिला जमेल ते करत होती .तिला निलेशच्या प्रेमाबद्दल आदर वाटत होता . निलेशने जर त्याच्या रागावर ताबा मिळवला असता तर आज आमचं नात काहीतरी वेगळं असत. नात्यात एवढा दुरावा आला नसता असे विचार मनात आल्यानंतर सिद्धीचं मन दुःखी व्हायला लागे.

जेवन करून झाल्यानंतर सगळ्या जणी शतपावली करत होत्या . सिद्धी सोडून बाकी सगळ्या मस्ती करण्यात दंग होत्या .सिद्धी मात्र नेहमीप्रमाणे विचारांच्या नावेत सफर करत होती . प्रेम माणसाला दुबळ करत की जगाच्या विरुद्ध लढायला हिम्मत देत ? सिद्धीच्या अनुभवावरून तरी तीच उत्तर हे नकारात्मक होत .सिद्धीला जेव्हा जेव्हा निलेश ची गरज होती तेव्हा तिला निलेश सोबतच लढावं लागलं .ती लढाई होती तिच्या स्वाभिमानासाठी, तिच्या खरेपणासाठी . स्वाभिमानाहून प्रेम मोठं नाही . प्रेमाने स्वाभिमानला जपायला हवं . प्रेम कसं असू नये हे सिद्धी निलेश कडून शिकली होती .सिद्धीने संपूर्ण आयुष्य निलेश सोबत व्यतीत करण्याचं स्वप्न पाहिल होत . ते एक स्वप्नच राहून गेलं .

18

अर्जुन ला जॉब लागून चार महिने झाले होते . एके दिवशी सिद्धी आणि अर्जुन फोन वरती बोलत असताना अर्जुन सिद्धीला एक प्रश्न विचारतो .

" सिद्धी हे बघ जर मी निलेशच प्रपोजल तुला न सांगता मीच जर तुला प्रपोज केलं असत तर तुझा निर्णय काय असता ? "

"मी हो म्हणाले असते तुला " क्षणाचाही विलंब न करता सिद्धीन उत्तर दिल .

"खरंच?"

"हो का ?तुला खोटं वाटत का ? "

"तसं नाही पण मला तुझं हे उत्तर अपेक्षित नव्हतं .माझा विश्वास आहे तुझ्यावर फक्त मी थोडा शॉक झालो ." दोघेही थोडे वेळ शांत झाले .

"म्हणजे मला चान्स आहे तर ". अस बोलून अर्जुन गालातल्या गालात हसू लागला .

त्याच निरागस बोलणं ऐकून सिद्धीही जराशी हसली .

"पण मला थोडा वेळ हवाय .जे काही घडल आहे ते मी ठरवून ही लवकर विसरू शकत नाही .पण मी ठरवलंय मी निलेश मध्ये आणखी अडकून नाही राहणार ". हे बोलत असताना सिद्धीचे डोळे पाणावले .

" हो सिद्धी तुला हवा तेवढा वेळ घे मला काही घाई नाही . तू मानसिकरित्या आधी लवकर बरी हो . सिद्धी तुला आठवतंय मी या आधी ही तुला असाचं प्रश्न केला होता . तेव्हा तू निलेश सोबत होती आणि जेव्हा आज ही मी तोच प्रश्न केला या वेळी तू निलेश सोबत

नाहीस तरीही तुझा प्रेमावरचा विश्वास उडाला नाही हे बघून नवल वाटतंय ".

" हं ते तर साहजिक आहे .मला माहितेय प्रेम वाईट नाही . निलेशच वागणं विचित्र होत तरीही माझं त्याच्यावर असलेल प्रेम खरं होत . निःस्वार्थ होत . मला त्याच्या सहवासात असताना खूप छान वाटायचं .त्याच माझी काळजी घेणं , मला त्याच्याबद्दल काळजी वाटण.हे सगळं मी अनुभवत होते . पण आपल्याला जी व्यक्ती आवडते तिला आपल्याला हवं तसं बदलण म्हणजे प्रेम नव्हे . चुकीच्या गोष्टींमध्ये बदल घडवलेला चांगलाच आहे . बदल घडवल्यानंतर आपण प्रेम केलेली मूळ व्यक्ती ती राहतेच कुठे ? आपल्याला एखादी गोष्ट आवडत नाही म्हणून समोरच्याने ती न करणं किंवा त्याला ती करू न देणं हे पूर्णपणे चुकीचं आहे . आणि तुझ्या बाबतीत म्हणशील तर तुझ्या एवढं मला कोणीच ओळखत नाही . तुला माझा स्वभाव माहितेय ते ही खूप वर्षांपासून .तू जेव्हा कधी माझा प्रियकर होशील नाही होशील ते बाजूला ठेवू जरा . पण या सगळ्या आधी तू माझा बेस्ट फ्रेंड आहेस.

त्यामुळे मला पूर्ण खात्री आहे तू मला सगळ्यात आधी एक मैत्रिणीसारखं समजून घेशील . कोणत्याही नात्यात निःस्वार्थ मैत्री महत्वाची आहे आणि आपल्या नात्याचा तीच तर एक आधार आहे .त्यामुळे माझा तुझ्यावर विश्वास आहे ."

सिद्धीचं बोलणं ऐकून तर अर्जुन ला शब्दच सुचत नव्हते . सिद्धीने जरी अर्जुन ला औपचारिक पध्दतीने होकार दिला नसला तरी अर्जुन आत्ता आनंदात न्हाऊन निघाला होता .सिद्धी साठी तो वाट बघायला तयार होता . त्याला आशा होती खर तर या वेळेस त्याला स्वतः वरती विश्वास होता .

काही दिवसांनी सिद्धी दिवाळी साठी घरी आली . सिद्धी घरी येण्याआधीच तिच्या आईने दिवाळीचा सगळा फराळ बनवला होता . मग सिद्धीनं अर्जुन आणि अदितीला फराळ करण्यासाठी घरी बोलावलं .पण नेमकी त्याच आठवड्यात अदिती गावी गेली .त्यामुळे अर्जुन एकटाच फराळ करण्यासाठी सिद्धीकडे गेला . या आधी अर्जुन बऱ्याच वेळा सिद्धीच्या घरी गेला होता . पण आज अर्जुन ला घरी पाहून

सिद्धीला लाज दाटून येत होती . अगदी अर्जुन च नाव घेताना सुद्धा सिद्धी गुलाबासारखी गुलाबी झाली होती .

फराळ करत सगळे जण गप्पा मारत बसले होते . सिद्धीचे बाबा अर्जुन ला कामाविषयी काही बोलत होते . तोच अनपेक्षित पणे दरवाज्याची बेल वाजली . वेदने दरवाजा उघडला .तर समोर चोवीस पंचवीस वयाची लग्न झालेली मुलगी उभी होती . तिला पाहून सगळ्यांच्या चेहऱ्यावर प्रश्नार्थक भाव उभे राहिले . समोर उभ्या असलेल्या मुलीला कोणीही ओळखत नव्हतं . तरीही ती सगळ्यांकडे पाहून स्मितहास्य करत होती . तिच्या स्मितहास्याने तर सगळे बुचकळ्यात पडले . आई तिला काही विचारणार तोच पाठीमागून जयश आला . निलेश चा मोठा भाऊ . जयश ला पाहून सिद्धीच्या काळजाचा ठोकाच चुकला .जयश इथे का असेल याचा सिद्धी विचार करत होती तोच तिची नजर अर्जुन वर खिळली .मी आहे तुझ्या सोबत अस त्याची नजर सांगत होती . अर्जुन कडे पाहून मग सिद्धीला कुठे थोडा धीर आला .

निलेश मुंबई वरून गावी परत गेल्यानंतर जयश ने ही सिद्धीच्या शेजारील रूम सोडली होती .त्यावर जयश आज सिद्धीच्या घरी आला होता . आगंतुकरित्या आलेल्या जयशला पाहून सिद्धी सोडून सगळे जण खुश झाले. सिद्धीच्या बाबांनी जयश च स्वागत करत त्याला घरात घेतलं . त्याच लग्न झाल्यानंतर जयश बायकोला घेऊन पहिल्यांदाच आला होता .सगळे जण बोलत बसले तेव्हा समजलं की जयश च्या बायकोच नाव मृणाल आहे ते . दिवाळीच्या शुभेच्छा देणासाठी दोघे आले होते . मृणाल आईशी बोलताना सारखी सिद्धीकडे बघायची . ही गोष्टी सिद्धीला आणि अर्जुन ला खूप विचित्र वाटली . जयश आणि मृणाल निघण्याच्या तयारीत होते तोच मृणाल म्हणाली

,

"सिद्धी मला तुझ्याशी जरा बोलायच आहे जर बाहेर येतेस का ?".

सिद्धीसह सगळे जण चकित झाले .मृणाल शी आत्ताच सगळ्यांची ओळख झाली आणि लगेच तिला सिद्धीशी बोलायच होत . "सिद्धी अग फक्त पाचचं मिनिट प्लिज." मृणाल ने परत एकदा सिद्धीला विचारलं

. सिद्धीने मृणाल ला संमती दर्शवली व दोघीही बोलण्यासाठी खाली निघून आल्या .

आजूबाजूला कोणीही नाही हे पाहून मृणाल ने बोलण्यास सुरुवात केली .

" हे बघ सिद्धी मला तू ओळखत नाहीस पण मला तुझ्याबद्दल सगळं काही माहीत आहे . मी वेळ वाया घालवता मुद्याच आणि स्पष्ट बोलते . मला तुझ्या आणि निलेश भावजींच्या नात्याबद्दल सगळं काही माहीत आहे . म्हणजे निलेश भावजींचं सांगितलं आहे . तू त्यांना सोडून गेल्यापासून त्यांचं काहीच बरं चाललेलं नाही . तू त्यांच्या आयुष्यात नाहीस तर ते पूर्णपणे खचून गेले आहेत .सतत दारूच्या नशेत असतात .मनशांती जी काही असते ती सुईच्या टोकाएव्हढी ही त्यांच्याजवळ नाही . तुमच्या दोघांचं भांडण होऊन बरेच महीने झाले आहेत . बोलून तुमच्यातील गैरसमज दूर करा . एकच गोष्ट कीती दिवस ताणणार . निलेश भावजींची वहिनी म्हणून तुझ्याकडे एक विनंती करते .यांना यातलं काहीही माहीत नाही . भावजींच्या अश्या वागण्यामुळे जयश देखील त्यांच्याशी फार बोलत नाहीत. या दोन भावांमधील दुरावा मला नाही पाहवत आणि हे सगळं तूच ठीक करू शकतेस .नीट विचार करून मला तुझा निर्णय सांग ".

एवढं बोलून मृणाल निघणार तोच सिद्धीन त्यांना अडवलं .

" थांबा वहिनी , माझा निर्णय आधीच झालाय .मला माहीत नाही की निलेश ने तुम्हाला कितपत खर सांगितलं आज ते .निलेश माझा भूतकाळ होता . आम्ही एकत्र आनंदाने कधीच एकत्र राहू शकत नाही .ही गोष्ट आम्हा दोघांनाही माहीत आहे . फरक इतकाच आहे की निलेश ने ही बाब स्वीकारली नाही आणि मी स्वीकारली आहे . निलेशचा स्वभाव संशयी आहे .पुढे जाऊन त्याचं लग्न झाल्यानंतर ही तो त्याच्या बायकोवरती संशय घेईल . मग तेव्हा त्या मुलीने काय करायचं तुम्हीच सांगा ? मीच काय कोणतीही मुलगी त्याच्यासोबत आनंदाने नाही राहू शकणार त्याच्या संशयी स्वभावामुळे . माझ्या बोलण्यावरून असंही तुम्हाला समजलं असेल की निलेश ला काय सांगायचं आहे . आणि प्लिज निलेश चा कोणताच निरोप घेऊन तुम्ही येऊ नका . जयश

दादाची बायको ,माझी वहिनी म्हणून इकडे येत जा .पण निलेश ची वहिनी म्हणून त्याचा निरोप घेऊन कधीही येऊ नका .चला वरती जाऊ या.खूप वेळ झाला आपण बोलत बसलो . नंतर तुम्हाला जायला उशीर होईल ".

वरती गेल्यानंतर आईनं मृणाल ला हळदीकुंकू लावलं तिची ओटी भरली . दोघांनाही आईबाबांचे आशीर्वाद घेतले व निघूनन गेले. यांच्यापाठोपाठ अर्जुन ही जाण्यास निघाला .

"घरी पोहचल्यावर फोन करतो तेव्हा बोलू ,काळजी घे". अस सिद्धीला सांगून अर्जुन निघून गेला .

आईबाबांनी जेव्हा मृणाल काय म्हणाली म्हणून विचारलं तेव्हा त्यांना पार्लल ला जायचं होतं कुठलं चांगलं आहे ते विचारात होत्या अस सिद्धीन सांगून टाकल. सिद्धीला पुन्हा निलेश मध्ये अडकायच नव्हतं.

दिवाळीच्या सुट्या संपून सिद्धी परत पुण्याला आली . रोज अर्जुन सिद्धीशी फोन वर बोलायचा .बोलता बोलता सिद्धी एकदा गमतीने सिद्धी त्याला बोलायची .

" अर्जुन तुझं मूळ गाव दुष्काळी भागात येत ना रे .तिकडे पाण्याचा खूप प्रॉब्लेम असतो ना या गोष्टींमुळे आपापल्या माझ्या आईकडून नकार येवु शकतो हा ".

"अरे यार सासूबाईंना म्हणावं आमच्याकडे एवढा ही दुष्काळ नसतो . गरजेपुरत पाणी असत आमच्या गावात .त्यांना म्हणावं पाण्यासाठी तुमच्या मुलीला तरसवणार नाही .तसही आम्ही जास्त गावाला जात नाही ."

त्याच्या बोलण्यावरून मग सिद्धीला खूप हसू फुटायच, पण ते तेवढ्यापुरतच .पण पाण्याचा तुटवडा भासणे ही बाब हसण्यावारी घेण्याची नाही हे सिद्धीला चांगलाच माहित होत . अर्जुन ला मात्र या गोष्टीची खूप खंत वाटायची .दुष्काळामुळे त्याच गाव हळू हळू रिकाम होत होत अगदी जस एका अडच्या तळाशी पाण्याची पातळी दिवसेंदिवस जशी खाली जाते .त्याच्या गावात पाण्यासाठी अनेक मोर्चे , अंदोलने झाली होती .पण गावातील लोकांनाच आवाज काही सरकार

दरबारी पोहचला नाही .आणि जरी पोहचला ही असता तरी त्याची तिळाएवढीही दखल कोणी घेतली नसती . अर्जुन ला गावचा पाण्याचा प्रश्न सोडवायचा होता .आणि त्यासाठी भविष्यात ठोस पाऊले उचलायला हवीत अस त्यानं ठरवलं .

19

एके दिवशी कॉलेज च्या नोटीस बोर्ड वरती एक नोटीस लावली होती. चार दिवसांनी एका इव्हेंट साठी कॉलेज ला पाच दिवस सुट्टी देण्यात येणार आहे . पाच दिवस काय करायचं म्हणून सगळ्या जणी विचार करत बसल्या . तेव्हा त्यांच्या लक्षात आलं की हे वर्ष तर संपत आलं आहे . म्हणून मग 31 डिसेंबर बाहेर साजर करायचं अस एकमताने निर्णय ठरवण्यात आला .सगळ्यांच हे शेवटचं वर्ष होत . आतापर्यंत सर्वांचे अनेकदा सगळ्यांनी मिळून फिरायला जाण्याचं ठरवलं होतं . पण निलेश च्या वागण्यामुळे सिद्धीला कधी ही मैत्रिणींसोबत दोन तीन दिवसांच्या ट्रिप वर जाता आलं नाही . म्हणून मग या वेळेस सर्वांनी नवीन वर्षाच्या स्वागतासाठी गोव्याला जाण्याचं ठरवलं . तेही आपआपल्या प्रियकरांसोबत. सिद्धीने लगेचच ही गोष्ट अर्जुनला सांगितले. अर्जुन ही खूश झाला. तसा तो मित्रांसोबत बऱ्याचदा गोव्याला गेला होता. पण सिद्धीसोबत तो पहिल्यांदाच जाणार होता.सुंदर निसर्गाने परिपूर्ण असलेला गोवा पाहण्यासाठी सर्वांची उत्सुकता शिगेला पोहचली होती. एके दिवशी संध्याकाळच्या वेळेला सगळ्या जणी गच्चीवरती गप्पागोष्टी करत बसल्या होत्या.

"अनघा हे बग इथे बसलेल्या प्रत्येकीकडे त्याच असे हक्काचे माणुस आहे तुला आमच्याकडे बघून असे वाटत नाही का तुझ्याकडे ही तुझ्या हक्काचे कोणी असाव ?".बोलता बोलता मध्येच प्रणालीने अनघाला विचारले.

प्रणालीच्या या प्रश्नाने सगळ्यांच्या नजरा अनघा कडे उत्तराच्या आशेने पाहू लागल्या.

" प्रनू बाळ तू असे अचानक मला का विचारतेयस ? आपण आपल्या गोवा ट्रिपच्या प्लॅनिंग करत होतो.त्यात तुला हे कसे सुचले? ".अनघाने प्रणाली ला प्रतिप्रश्न केला .

"गोव्याला जाण्याचं प्लॅनिंग करत आहोत म्हणून तर मला हे सुचलं".

"म्हणजे ?" प्रणाली ला काय म्हणायचं आहे ते न समजल्याने अनघाने पुन्हा प्रश्न केला .

"आत्ता हे बघ गोव्याला गेल्यानंतर आपण सगळ्यांसाठी वेगवेगळी रूम घेणार .त्यातून आपल्या सोबत आपला पार्टनर आहे पण तू तर एकटी असणार ना ".

अस म्हणत प्रणाली अक्षता ला टाळी देत हसू लागली .

" त्यात काय अनघा माझ्यासोबत राहील मला आणि वीरेंद्र ला काहीच प्रॉब्लेम नाही ".अस म्हणत कादंबरी ने अनघाला मिठीत घेतल.

" अग कादंबरी अनघाला मी ही माझ्या रूम मध्ये घेऊ शकते .आपण तिला एकट सोडणारच नाही .मला तिला फक्त एवढंच विचारायच होत की तिला वाटत नाही का तिचा ही कोणी पार्टनर असावा ".

"अरे हा अनघा या प्रश्नाचं उत्तर दे बघू ". आत्ता तर कादंबरीला ही अनघाच काय उत्तर आहे ते जाणून घ्यायचं होत .

"खरं सांगायचं तर मला नाही वाटत कोणी साथीदार असावा .एकटी आहे, मस्त आहे ." बिंदधास्त अनघाने मनमोकळे पणाने उत्तर दिलं .

"चल मला नाही पटत हे .बर ते सोड मला सांग भविष्यात तुला मुलगा तरी कसा हवा आहे ?". प्रणालीने उत्सुकतेच्या स्वरात विचारलं .

हे बघ मी आणखी अस काही ठरवलं नाही .त्याच प्रोफेशन काहीही असो ते मला चालेल . तसही तुम्हाला माहित आहे माझा स्वभाव शांत आहे .मी जास्त बोलकी नाही .बोललेलं तर सगळेच ऐकून घेतात .मला असा कोणीतरी हवा जो माझी शांतता ऐकून घेईल .मी त्याला काहीही सांगायची गरज भासू नये .बस एवढंच असा मुलगा मला हवा आहे ."

"देवा असा नग पृथ्वीतलावर असेल तर अनघाशी त्याची लवकरच भेट घडवून दे रे ". हात जोडून आकाशाकडे बघत अक्षता अनघाला चिडवू लागली . सगळ्या अनघावरती हसू लागल्या .

"सिद्धी तू सांग ना यांना शांत राहायला ".

अनघा रुसव्या सुरात म्हणाली .

"बस करा ग तिला आणखी नका सतावू. तिची ईच्छा साधी आहे आणि शिवाय पूर्ण होण्यासारखी आहे .मिळेल तिला हवा तसा मुलगा ". अस म्हणत सिद्धीने अनघाकडे पाहून स्मितहास्य केलं .

"आणि हो मी एकटी रूम मध्ये राहू शकते . माझी काळजी करू नका ". अनघाने स्पष्टपणे तीच मत मांडल.

गोव्याला जाण्यासाठी थोडेच दिवस शिल्लक राहिले होते .म्हणून मग पुन्हा सगळ्या जणी गोवा ट्रिप बदल चर्चा करू लागल्या . दोन दिवसांनी हॉटेल आणि गाडीच बुकिंग झालं . वीरेंद्रची स्वतःची जिम होती . नुकतच त्याने जिम सुरू करून एक वर्ष झाल होत . तोच जिमचा मालक असल्याने त्याला कोणाकडे ही सुट्टी मागायची गरज नव्हती .केशवंच पार्टनरशिप मध्ये एक हॉटेल होत .त्याने आणि त्याच्या दोन मित्रांनी हॉटेल चा व्यवसाय सुरू केला होता. त्यामुळे त्याचा ही काही ओरशन नव्हता .अभिनव च्या तर स्वतःच्या दोन बेकऱ्या होत्या . तो ही आपल्या मर्जीचा मालक होता . प्रश्न होता तो रोनीत आणि अर्जुन चा . दोघेही ऑफिस मध्ये काम करायचे . रोनीत आणि त्याचा बॉस चांगले मित्र होते . त्यामुळे त्यांनी ही रोनीत ला सुट्टी दिली . गोव्याला जाण्यासाठी एक च दिवस राहिला होता . तरी अर्जुनच्या सुट्टीच्या टेंशन ने सिद्धीच्या पोटात ढवळत होते. बाकी सगळ्यांचीही तरीही अर्जुनच्या सुट्टीचा काहीही पत्ता नव्हता .ग्रुपमधील एकाच जरी गोव्याला जाण्याचं रद्द झालं तर पूर्ण ट्रिप च रद्द करावी लागणार होती . त्यामुळे सगळे नाराज होणार हे अपेक्षितच होत . सिद्धी सारखी अर्जुन ला फोन करून सुटी मिळाली का म्हणून तगादा लावून बसली होती . अर्जुनच्या प्रत्येक फोन नंतर तिला तिच्या स्वप्नभंगाचा इशारा मिळत होता . कोमेजलेल्या फुलाप्रमाणे तिचा चेहरा सुकला होता .डोळ्यांत आसवं तरळली. " अर्जुन ला सुट्टी मिळाली नाही गोवा ट्रिप कॅन्सल

".असा मेसेज तिनं त्यांच्या व्हाट्सऍप च्या ग्रुपवरती करून फोन बाजूला ठेवून दिला .

सिद्धीचा मेसेज वाचल्यानंतर अनघा , अक्षता ,संजना ,प्रणाली ,कादंबरी सगळ्या सिद्धीजवळ आल्या . एका मागून एक त्यांनी सिद्धी वरती प्रश्नांचा भडीमार सुरू केला .

" यार मला तुम्ही आता काहीही विचारू नका . तुमच्या कुठल्याच प्रश्नांची माझ्याकडे उत्तरं नाहीत."अस बोलून सिद्धी गॅलरी मध्ये निघून गेली .थोडा वेळ सगळ्यांच शांत बसल्या होत्या .ट्रिपच काय होईल याचा विचार करत . तोच सिद्धीचा फोन वाजला .पण तो घेण्यासाठी सिद्धी काही आत आली नाही . दुसऱ्या वेळेस पुन्हा फोन वाजला .या वेळेसही सिद्धी काही जागेवरून उठणार नाही अस दिसताच संजना ने तिचा फोन पाहिला . मगाच पासून येणारा फोन अर्जुन चा होता .

"सिद्धी अग अर्जुन चा फोन आहे .एकदा बघ तर काय बोलायच आहे त्याला ". सिद्धीकडे फोन धरत संजना सिद्धीला म्हणाली .

" संजना मला आता नाही बोलायच त्याच्याशी . फोन कट कर नाहीतर वाजत राहू दे तसाच ".

"अग अर्जुन सारखा फोन करतोय म्हणजे काहीतरी महत्वाचं असेल .कदाचित सुट्टी बदल काही सांगायचं असेल ". संजनाचे हे बोल एकटाच सिद्धीचे डोळे चमकले .

सिद्धीने संजनाकडून फोन घेतला .अर्जुन खूप खुश होता .अखेर सिद्धीला हवी असलेली आनंदाची बातमी तिच्या कानांवर येऊन धडकली . अर्जुन ला सुट्टी मिळाली . सिद्धी आनंदाने ओरडून सगळ्यांना सांगू लागली . सगळ्यांचे चेहरे हाय पावर असलेल्या एलईडी ब्लब सारखे सगळ्यांचे चेहरे उजळून निघाले . सगळ्याजणी आनंदाने ओरडू लागल्या . एकमेकींना आनंदाने मिठीत घेऊ लागल्या .

सिद्धी सगळ्यांपासून अर्जुनशी बोलण्यासाठी जर बाजूला आली .

"अर्जुन पण अशी कशी तुला अचानक सुटी दिली .मला तर वाटलं होतं आपली गोवा ट्रिप कॅन्सल होणार म्हणून .मग हा चमत्कार कसा काय झाला ".

"अग त्याच अस झालं की मी आणि माझा एक कलीग प्रशांत आम्हीं दोघे एका प्रोजेक्ट वरती काम करत होतो . प्रशांत आधीच सुट्टीवरती होता . बॉस म्हणाले एकाच वेळी दोघांना सुट्टीवर नाही जाता येणार . तू जर आधी सुट्टी मागितली असती तर मी तुला रजा दिली असती .प्रशांत परत आला की तू जाऊ शकतोस .मग मी प्रशांत ला खूप समजवण्याचा प्रयत्न करत होतो पण तो काही ऐकतच नव्हता माझं .मला सतवण्यासाठी नाही म्हणत होता. आत्ता थोड्यावेळापूर्वी च त्याचा फोन आला होता म्हणाला की उद्या ऑफिस ला येतोय म्हणून .मग मी लगेच बॉस ला सांगितलं .बॉस हो म्हणाले मग काय झालं आपलं काम ".

"अरे व्वा , अर्जुन आज मी खूप खुश आहे .तुला माहितेय तू ना खूप भारी आहेस .लवकरच भेटू बाय". अस बोलून सिद्धीन फोन ठेऊन दिला .

सिद्धीचं गोड बोलणं ऐकून अर्जुन ही गालातल्या गालात लाजला .

त्या एका दिवसात उरलं सुरलेलं सगळं प्लॅनिंग झालं .जस की ट्रिप साठी होणारा खर्च सगळ्यांनी मिळून करायचा , गाडी चालवण्यासाठी ड्रायव्हर बोलवायचा नाही , आणि अश्या बऱ्याच गोष्टींवर चर्चा झाली . आणि अश्या तर्हेने सगळी मंडळी गोव्याला जाण्यासाठी सज्ज झाले .

20

अखेर सगळ्यांचा मनमुरादपणे जगण्याचा दिवस उजाडला .आठ वाजेपर्यंत अर्जुन, रोनीत ,केशव ,अभिनव आणि वीरेंद्र सगळे पुण्यात येऊन धडकले .गाडीत बसल्या बसल्या सगळ्या मुलींची वाट पाहू लागले . कमी वेळेत सगळी मुलं एकमेकांनसोबत चांगले मित्र झाले . थोड्यावेळाने अवजड बॅगघेऊन ऐक एक करत खाली येऊ लागल्या .पाच दिवसासाठी मुलींनी एवढ्या बॅगा घेतल्या आहेत जर दहा दिवसाची ट्रिप काढली असती तर यांनी आख्खी रूमच खाली केली असती या विचाराने सगळी मुलं चक्रावुन गेली .सामानावरून मुलींना काही समजवण्यात अर्थ नाही हे मुलांना चांगलंच समजलं .मुलींना एकही प्रश्न न करता सगळ्यांनी बॅगा गाडीमध्ये ठेवल्या .

सर्वात आधी रोनीत ने गाडीचं स्टेरिंग आपल्या ताब्यात घेतलं आणि गाडीने गोव्याला जाण्यासाठी रस्ता पकडला . गप्पा गोष्टी ,दंगा करत कधी सगळे सातार्‍यात येऊन पोहचले कोणालाच समजलं नाही . सातार्‍यात पोहचायला दहा सडे दहा वाजल्या . सगळ्यांना कडाडून भूक लागली होती म्हणून मग रोनीत ने हायवेच्या बाजूस असलेल्या एका छोट्याशा हॉटेल समोर गाडी उभी केली .

"अर्जुन घरी आईला काय सांगून आला आहेस ?".हातात हात घेऊन हॉटेल मध्ये जात असताना सिद्धीने अर्जुन ला प्रश्न केला .

"खरं सांगितलं सिद्धी सोबत गोव्याला फिरायला जातोय ".

"अर्जुन खरं खरं सांग"

"हे बघ अर्ध खर सांगितलं आणि अर्ध खोटं सांगितलं ".अर्जुन ला काय म्हणायचं आहे ते सिद्धीला काहीही समजलं नसल्यानं भुवया उंचावून ती अर्जुन कडे पाहू लागली .

सिद्धीचा चेहरा वाचून अर्जुन पुढे बोलू लागला .

"अग मी तिला सांगितलं की मी गोव्याला जातोय पण ऑफिस च्या कामासाठी .अस सांगून आलो ".

"हं तू सहसा आईशी खोटं बोलत नाहीस ना ".

हो म्हणून तर थोडं खोटं आणि थोडं खरं सांगितलं ".

"स्मार्ट बॉय ".अस म्हणत सिद्धीने अर्जुन चे गालगुच्चे घेतले . अर्जुन ही सिद्धीच्या निरागस कृत्याला पाहून मिश्कीलपणे हसला .

सगळ्यांचा हलका नाश्ता घेऊन झाल्यानंतर गाडी पुन्हा मार्गस्थ झाली . शक्य तितक्या लवकर सगळ्यांना गोवा गाठायचा होता .

रोनीत ने गाण्याचा आवाज मोठा सोडला होता . त्याचा बाजूला प्रणाली बसली होती . सिद्धी अर्जुन च्या खांद्यावर डोकं टेकवून शांत बसली होती . केशव आणि प्रणाली मोबाईल मध्ये ऑनलाईन गेम खेळत बसले होते . दोघेही जिंकण्याचा आतोनात प्रयत्न करत होते . संजना आणि अभिनव गप्पा मारत होते . कादंबरी आणि वीरेंद्र खिडकीमधून बाहेरच्या नजऱ्याचा आनंद घेत होते . आणि अनघा कोणाशीतरी चॅटिंग करत बसली .सगळे आनंदी होते याची साक्ष सर्वांचे खुलणारे चेहरे देत होते .

कोल्हापूर पासून अभिनवने स्टेरिंग हाती घेतलं .रोनीत हुन अभिनव फास्ट गाडी चालवत होता . वेळोवेळी संजना त्याला गाडीचा वेग कमी करण्यासाठी सांगत होते . कोल्हापूर ला मागे सोडून गाडी गडहिंग्लज मध्ये आली . तिथेच मग सगळ्यांनी जेवणं केलं . आणि पुढच्या प्रवासाला निघाले .आंबोळी घाटावरून सगळे अखेर गोव्यात पोहचले .गोव्यात पोहचायला सात वाजल्या .कळंगुट मधील एका हॉटेल मध्ये राहण्यासाठी बुकिंग केलं होतं .प्रवासाचा क्षीण आल्याने सगळ्यांच्या हालचाली मंदावल्या होत्या .विश्रांती घेणं गरजेचं होतं म्हणून मग थोडा वेळ सर्वांनी शरीराला आराम दिला .

21

डिनर झाल्यानंतर सगळ्यांनी आधी नाईट आऊट ला जाण्याचं ठरवलं होतं .पण या वेळी तो प्लॅन सगळ्यांनी कॅन्सल केला . सकाळी लवकर उठून समुद्रावर जाऊन सूर्योदय बघायचं अस ठरवण्यात आल . जेवण करून सगळे आपल्याला रूम मध्ये जायला निघाले .

"प्रणाली मी थोड्यावेळाने येते तुम्ही जे आत्ता सगळे ".अनघा बाहेर जाण्याच्या तयारीने म्हणाली .

"का ?या वेळी तुला कुठे जायचं आहे ?".

"इथेच बाहेर बसणार आहे . आज दिवसभर गाडीने प्रवास केला ना आपण म्हणून म्हंटल थोडी वेळ फ्रेश हवा घेते ."

"बर चल मी आणि केशवही येतो तुझ्या सोबत ".आजूबाजूला बघत प्रणाली म्हणाली .

"अग नको म्हणजे केशवनेही बराच वेळ गाडी चालवली आहे ना तो ही थकला असेल ."

"अनघा एकदम बरोबर बोललीस बघ ".कंटाळवण्या सुरात केशव म्हणाला .

"बघ कशाला येताय दोघे मग आराम करा मी जास्त वेळ नाही बसणार लगेच माझ्या रूम मध्ये जाईन ".

"प्रणाली अनघा बरोबर बोलतेय जाईल ती रूम मध्ये लगेच अनघा जास्त जास्त वेळ बाहेर बसू नकोस लगेच रूम मध्ये जा "मोठ्या भावाप्रमाणे केशव ने अनघाला सांगितलं .

"हो नाही जास्त वेळ थांबत ".अस म्हणत अनघाने मान डोलावली . प्रणाली व केशव त्यांच्या रूम मध्ये निघून गेले .

हॉटेल समोर असलेल्या गार्डन मध्ये बाकावर बसली .कानाला हेडफोन लावून कारंज्यावरती होणारे पाण्याचे नृत्य बघत होती .

थोड्या वेळाने तिथे एक मुलगा आला ".मी तिथे बसू शकतो का?". अस त्याने हाताने इशारा करून अनघाला विचारलं. अनघाने ही त्याच्याकडे पाहून होकारार्थी मान डोलावली . तो ही निःसंकोचपणे अनघाच्या शेजारी बसला . थोड्यावेळाने तो अनघाशी बोलण्याचा प्रयत्न करू लागला .पण अनघाने त्याच्याकडे दुर्लक्ष केलं . पण नंतर त्याचा त्रास जाणवू लागल्या नंतर अनघाने रागाने त्याच्याकडे कटाक्ष टाकला .

"काय प्रॉब्लेम आहे तुमचा ?" हेडफोन काढत अनघाने त्या मुलाला विचारलं .

"नाही नाही मला काही प्रॉब्लेम नाही मला वाटलं की तुम्हाला काहीतरी प्रॉब्लेम आहे ".त्या मुलाने उत्तर दिलं .

"आणि तुम्हाला अस का वाटलं की मला काहीतरी प्रॉब्लेम आहे ?".

"काही नाही असंच ". त्या मुलाकडे रागाने पाहून अनघा पुन्हा हेडफोन कानाला लावणार तोच तिथे आणखी एक मुलगा आला .त्याच्या हातातील गिटार पाहून अनघाचा चेहरा चमकला .

"यार दिव्यम थँक यु सो मच. तूझ्या गिटार मुळे निमिशा खूप खुश झाली . "अस म्हणत त्याने ते गिटार दिव्यम च्या हवाली केलं .

"बर जातो मी निमिशा एकटीच आहे माझी वाट बघत बसली आहे ".एवढं बोलून तो तिथून निघून गेला .

" हे गिटार तुमचं आहे ". न रहावून अनघाने प्रश्न केला .

" हो माझंच आहे ".

" म्हणजे तुम्हाला गिटार वाजवत ही येत असेल ना ?." उत्सुक अनघाने दिव्यम ला विचारलं .

"हो येत मला वाजवता ". स्मितहास्य करत दिव्यम ने उत्तर दिलं .

"मला आवडत गिटार .म्हणजे मला त्याच्यावर ताबा मिळवायचा आहे .ऐकूनच मला गिटार वाजवायला शिकायचं आहे . सॉरी मघाशी मी

जे तुमच्याशी वागले त्यासाठी ."

अनघा मंद सुरात म्हणाली .

"तेवढं चालायचंच .जमानच तसा आहे .कोणावरही लवकर विश्वास ठेवायला भीती वाटते .आणि हो मला तू म्हंटलस तरी चालेल ."

"नाही म्हणजे मला वाटलं की तू वाया गेलेला मुलगा असशील म्हणून ".नकळतपणे अनघा खरं बोलून गेली .

तिच्या बोलण्याने दिव्यम ला हसू आलं आणि तो पुढे बोलू लागला .

"फॅमिली सोबत आली आहेस की फ्रेंड्स सोबत ?".

" फ्रेंड्स , तू ?". अनघाने दिव्यम ला प्रतिप्रश्न केला .

"सेम फ्रेंड्स सोबत आलो आहे ."

" तुझी काही हरकत नसेल तर एखादं गाणं ऐकवू शकतोस का ?".थोडा वेळ शांत बसल्यानंतर अनघा म्हणाली .

"मला अगदीच आवडलं असत पण आत्ता माझा मूड नाही .नंतर ऐकवून दाखवतो तुला ".

"बरं ठीक आहे ". शिगेला पोहचलेली अनघाची उत्कंठा जमिनीवर आदळली . तोच दिव्यम ला कोणीतरी आवाज दिला . अनघाला बाय करून तो तिथून निघून गेला .

थोड्या वेळाने अनघा ही रूम मध्ये निघून गेली .

डिनर करून आल्यापासुन अर्जुन आणि सिद्धी मनसोक्त गप्पा मारत बसले होते . मध्येच अर्जुन चा चेहरा गंभीर झाला आणि म्हणाला .

"सिद्धी मला तुझ्याशी महत्वाचं बोलायच आहे ."

"अर्जुन आपल्या भविष्याबद्दल ,आपल्या नात्याबद्दल आत्ता काहीही बोलायला नको .इथून परत गेलो की बोलू आपण .झोप तू आत्ता सकाळी लवकर उठायचं आहे . " अस म्हणत सिद्धीने लाईट्स बंद केल्या . सिद्धीचं म्हणणं पटल्याने अर्जुन ही झोपी गेला .

"अर्जुन उठ साडे चार वाजले आहेत . सगळे उठले असतील आपल्या मुळे उगाच उशीर नको व्हायला .अर्जुन ".,सिद्धी अर्जुनाला उठवण्याचा अतोनात प्रयत्न करत होती . शेवटी तिच्या प्रयत्नांना यश आलं .आणि अर्जुन झोपेतून जागा झाला .

हॉटेल बाहेर सगळे जण सिद्धी आणि अर्जुन ची वाट बघत होते .

"आपला सूर्य जर आज झोपेतून जागा झाला नाही तर खरा खुरा सूर्य उदय होताना आपल्याला काही दिसणार नाही ".वाट बघून ताटकळलेला अभिनव म्हणाला .

"त्यांना फोन केला होता का कोणी ?". सगळ्यांकडे बघत प्रणाली म्हणाली .

"पाच मिनिटांत येतो अस म्हणाली होती सिद्धी ". प्रणालीकडे पाहत संजना म्हणाली .

"आणि आलोच आम्ही " अस म्हणत अर्जुन आणि सिद्धी सगळ्यांपुढे हजर झाले .दोघांना पाहुन सगळ्यांना पुन्हा जोश आला .

यार किती उशीर ? माहितेय किती वेळ तुमची वाट बघत बसलो होतो?आजचा प्लॅन पण कॅन्सल झाला असता तर ?असे एकामागून एक सगळे प्रश्न विचारू लागले .

"अरे गाडीत बसून बोलूयात नाहीतर आणखी उशीर होईल ". वेळेचं भान राखून कादंबरी म्हणाली . मग काय सगळे गाडीत बसले आणि बीचकडे निघाले .

सरळ रेषेत रेतीवरती बसून सगळे सूर्योदय बघत बसले . निसर्गच मनमोहक रूप ,अविस्मरणीय दृश्य सगळे डोळ्यांत साठवत होते . पक्ष्यांच्या किलबिलाटामध्ये सुरेल ऐकू येत होता .गुलाबी हवा मनाला स्पर्श करून जात होती . कोवळ्या सूर्यप्रकाशामुळे सगळ्यांच्या चेहऱ्यावर एक वेगळीच साकारात्मक चमक होती .निसर्गाचं नाट्य पाहण्यात सगळे दंग झाले होते . सूर्यप्रकाशाप्रमाणे आपल्या आयुष्यात ही प्रकाश असेल याची सर्वांना खात्री होती .

बाहेरच नाश्ता करुन सगळे जण रुम वरती परत आले . थोडा वेळ फ्रेश होऊन आराम करून गोवा दर्शनास निघाले .

रोनीत आणि अर्जुन ला गोव्याबदल तसं थोडं फार माहीत होतं .त्यांमुळे त्यांना कशाचाही त्रास झाला नाही.

मंगेशी टेम्पल ,अरवेलम धबधबा ,पांडवांची लेणी ,डोना पॉला बीच ,बागा बीच , दूधसागर धबधबा ,बेसिलिक ऑफ बो जेजस ,पणजी चर्च आणि अंगुआडा किल्ला हे सगळं काही बघायचं ठरवलं . एका दिवसात

सगळे पॉईंट फिरणं अवघड होतं म्हणून मग जाई पर्यंत जेवढं काही फिरता येईल तेवढं बघून घ्यायच अस ठरवण्यात आल .

सगळ्या चर्चेनंतर गाडीने मंगेशी टेम्पल चा रस्ता धरला . तिथून मंगेशी मंदीर चौतीस किलोमीटर अंतरावर होत . मंदिराकडे जात असताना सगळे धमाल करत होते फक्त अर्जुन आणि अंतरा विचारांमध्ये हरवल्यासारखे दिसत होते . अर्जुन ला समजत नव्हतं की तो जे काही सिद्धीला सांगणार आहे ते ऐकून सिद्धीला काय वाटेल ?मी घेतलेला निर्णय सिद्धीला पटेल काय? माझ्यामुळे सिद्धी दुखावली तर जाणार नाही ना ? हे असे विचार अर्जुन ला सतावत होते . अनघा दिव्यम च्या विचारांत होती .दिव्यम पुनः कधी भेटेल की काल रात्रीची भेटच त्यांची पहिली आणि शेवटची भेट होती ? याचा ती विचार करत होती .

शेवटी ते सगळे मंगेशी टेम्पल ला पोहचले .मंदीर खूप सुंदर होत . वेगवेगळ्या रचनांचा प्रभाव त्या मंदिरावरती दिसत होता.देवालयाच्या प्रवेशद्वारापासून तर मुख्य रस्त्यापर्यंत दुतर्फा नारळीच्या रांगा आहेत .श्री मंगेशांचे लिंग शांत आणि सुंदर दिसत होतं .

हात जोडून सगळे जण देवाकडे प्रार्थना करत होते .

सिद्धीला मी जे काही सांगेन ते तिला समजण्याची आणि ती गोष्ट पचवण्याची क्षमता सिद्धीला मिळो अशी प्रार्थना अर्जुन करत होता .तिथून ते सगळे बेसिलिका ऑफ बोंम जेजूस हे चर्च पाहायला गेले . जे की गोव्यातील आकर्षक आणि सर्वात चर्चेत असलेलं एक चर्च आहे . चर्च चे सौंदर्य सगळे न्याहाळत होते . मनःशांतीचा आभास तिथे सर्वांना होत होता . बराच वेळ चर्चमध्ये घालवल्यानंतर सर्वांनी तिथुनन काढता पाय घेतला .शिवाय सर्वांना कडाडून भूक ही लागली होती .

जेवण झाल्यानंतर कादंबरी ने अचानकपणे मार्केट फिरून येवुया अस सुचवलं .झालं पुनः यावरून तर्क वितर्क सुरू झाले . सगळे जण एकदम बोलू लागले की येणारे जाणारे तोंडाकडे बघून जायचे . सर्वांना अस वाटायचं की त्यांच्यात भांडण सुरू आहे .लगेच कोणाला काही गोष्टी पटायच्या, तर कोणाला बराच वेळ मानवावं लागायचं पण शेवटी मात्र एकमत व्हायचं .अंततः मार्केट फिरायचं यावर शिकमोर्तब झाला . थोड्यावेळाने सगळे मार्केट मध्ये पोहचले .गाडी पार्किंग मध्ये उभी केली

व सगळे आपआपल्या आवडीनुसार दुकाने धुंडाळू लागले .

22

संध्याकाळी बोनफायरसाठी सगळे जण बीच वरती पोहचले होते . चंद्राचा प्रकाश समुद्रावरती चादरेसारखा पसरला होता . लाटांचा होणारा आवाज समुद्र अस्वस्थ असल्याची चाहूल देत होता .संध्याकाळी बोनफायरसाठी सगळे जण बीच वरती पोहचले होते . चंद्राचा प्रकाश समुद्रावरती चादरेसारखा पसरला होता . लाटांचा होणारा आवाज समुद्र अस्वस्थ असल्याची चाहूल देत होता . सरपण व्यवस्थित लावून सगळे जण त्याच्या भोवती बसले होते .

" अभिनव माचीस दे रे "सरपण पेटवण्यासाठी विरेंद्र अभिनवन कडे हात समोर करून माचीस मागत होता .

"माझ्याकडे कुठे आहे माचीस ?मीच तर तुला सोबत घे म्हणालो होतो . "अभिनव म्हणाला .

"अरे आता येताना मी तुला म्हणालो होतो ना की माचीस घे म्हणून ".विरेंद्र म्हणाला .

"अरे जेव्हा तू मला सांगितलंस तेव्हा मी फोन वरती महत्वाचं बोलत होतो म्हणून तर माचीस घ्यायला तुला सांगितलं ." अभिनव त्याची बाजू मांडत म्हणाला .

विरेंद्र आणि अभिनव चे आरोप प्रत्यारोप सुरूच होतें .मात्र बाकी सगळ्यांच्या लक्षात आलं होतं की आपण सगळे बोनफायर साठी आलो आहोत आणि आपलीकडे माचीस नाही .

" विरेंद्र आणि अभिनव शांत व्हा दोघे जण .तू घे ,मी घेतो करत आपण माचीस आणलं नाही .आजचा प्लॅन ही कॅन्सल ". चालू

परिस्थिती चा आभास करवत कादंबरी ने दोघांना शांत केलं .

आत्ता पुढे काय करायच असा प्रश्न सगळ्यांच्या चेहऱ्यावर ठळकपणे दिसत होता . तोच कोठून तरी मोठ्याने हसण्याचा आवाज आला .सगळ्यांच्या नजरा आवाजाचा वेध घेत होत्या.

"त्या झाडांच्या पाठीमागून आवाज आला .कदाचित तिथून आपल्यला काहीतरी मदत मिळू शकते ."झाडांकडे बोट दाखवत अनघा म्हणाली .

"मी जाऊन बघते त्यांच्याकडे माचीस आहे का?".अस म्हणत अनघा माचीस च्या शोधत निघणार तोच तिला थांबवत म्हणाला .

"थांब एकटी नको जावूस मी ही येतो तुझ्यासोबत .आपण दोघे जाऊया .अस म्हणत रोनीत उठला आणि अनघा सोबत माचीस शोधायला निघाला .

झाडांच्या पाठीमागे गेल्यानंतर त्यांना दिसत की त्यांच्याच वयाची मुलं बोनफायर करून बसली होती . अनघाच्या चेहऱ्यावर स्मितहास्य आलं . कारण समोर दिव्यम उभा होता हातात गिटार घेऊन .

अनघाला पाहताच दिव्यम च्या चेहऱ्यावरही एक सुंदर हसू उमटलं . ओळख पटल्याची कबुली त्याने अनघाकडे पाहून हात हलवला .हातातील गिटार बाजूला ठेवून दिव्यम अनघाच्या दिशेने चालू लागला . अनघाचा तर विश्वासच बसत नव्हता . अनोळख्या शहरात ,अनोळख्या व्यक्तीला ती दुसऱ्यांना भेटत होती . तेही लगेच दुसऱ्या दिवशी .असे योग सहसा घडत नसावेत . किंवा जेव्हा नशीब आपल्याला साथ साथ देत असेल तेव्हा असे योग येत असावेत .

"हाय, इथे कशी काय तू ?".दिव्यम अनघाची विचारपूस करू लागला .

"ते आम्ही पण इथे बोन फायर साठी आलो होतो .पण माचीस ,लायटर सोबत आणायला विसरलो .तुमच्या हसण्याचा आवाज आला म्हणून इथे आलो काही मदत मिळते का ते पाहायला ".

"एवढंच ना मग आम्हलाच सोबत करा.जास्त लोक असतील तर आनंदही जास्त मिळेल ". म्हणत दिव्यम ने अनघाकडे पाहून स्मितहास्य केलं .

"अरे पण आमच्या मुळे उगाच तुम्हाला त्रास व्हायचा ". रोनीत म्हणाला .

"अरे आम्हलाही आवडेल जर तुम्ही आम्हला सोबत केली तर एक मिनिट ". अस म्हणत मधेच थांबत दिव्यम त्याच्या घोळक्यात बसलेल्या मित्रांकडे पाहून म्हणाला .

"हॅलो मित्रानो ऐका जरा .आपल्या सोबत आणखी काही मित्र लोक आले तर तुम्हला चालेल का ?".सगळे एक सुरात हो म्हणाले .

"चला झाला प्रॉब्लेम सोलव्ह " अस म्हणत दिव्यम ने अनघाला बसायला सांगितलं .

"एक मिनिट आमच्या ग्रुपला फ़ोन करून कळवतो इकडे या म्हणून ".अस म्हणून रोनीत ने सगळ्यांना बोनफायर च्या ठिकाणी बोलावलं .

सगळे आत्ता बोनफायर चा आनंद घेत होते . वेगवेगळे खेळ सुरू होते . दिव्यम आणि अनघा बोलत बसले होते .

"मला वाटलं नव्हतं की आपली पुन्हा भेट होईल".

अनघा दिव्यम ला म्हणाली .

"पण मला माहीत होतं की आपली भेट होणार ".

"ते कसं काय ?".

"तुला माझं गिटार ऐकवायच होत ना .मी कसा वाजवतो हे ऐकण्यासाठी आपली भेट होणारच होती ". अस म्हणत दिव्यम खट्याळपणे हसतो आणि पुढे बोलू लागतो .

"तू तुझं नाव तर सांगितलंच नाहीस ".

"अरे माझ्या लक्षातच आलं नाही .अनघा नाव आहे माझं ."

"अनघा आणि माझं नाव".

"दिव्यम ". दिव्यमला मधेच थांबवत अनघा म्हणाली .

"हे तुला कसं समजलं ?".आश्चर्यचकित होऊन दिव्यम म्हणाला .

"कालच .तुझा मित्र गिटार घेऊन आला होता तेव्हा त्यांन तुझं नाव घेतलं होतं .तेव्हाच समजलं मला ."

दोघांनी एकमेकांकडे पाहून स्मितहास्य केलं .

" बर मग कधी एकवतोस तुझं गिटार ?".

"तू म्हणशील तर आत्ताच .बर ठीक आहे आहे आज माहोल ही बनलाय ".अस म्हणत दिव्यम ने गिटार ची तार छेडत सगळ्यांच लक्ष वेधून घेतलं .

दिव्यम ने प्रेमगीत गायला सुरुवात केली . चांदरात्रीत दिव्यमच्या सुराच्या सोबतीत , अर्जुनाच्या मिठीत जगणारे हे क्षण सिद्धीला एका सुंदर स्वप्नासारखं वाटत होतं .

दिव्यम गात असताना बऱ्याच वेळा अनघाकडे बघायचा . तेव्हा दिव्यम उत्साही दिसायचा . बाकीचे सगळे दिव्यम आणि अनघावरती लक्ष ठेवून होते . दिव्यमच गाणं संपलं सगळ्यांनी टाळया वाजवून त्याच कौतुक केलं . तोच केशव ने गाणं गायला सुरुवात केली . "दो दिलं मिल रहे हैं मगर चुपके चुपके ,सबको हो रही है खबर चुपके चुपके ".सगळ्यांसोबत अनघा आणि दिव्यम ला ही समजलं होत की हे गगवन त्यांच्यासाठीच आहे .दोघेही गालातल्या गालात लाजू लागले .

बोनफायर रात्री उशिरा पर्यंत सुरू होत त्यामुळे सकाळी सगळ्यांना उठायला उशीर झाला . उशिरा झोप ,उशिरा उठणं त्यामुळे सगळे अळसावलेले होते . एखाद्या ठिकाणी भेट दयायला जाण्याचाही सगळ्यांना कंटाळा आला होता .

"आपण बीच वरती जाऊन तिथे राइड्स चा आनंद घेऊ शकतो .यामुळे आपला सगळा थकवा निघून जाईल ." विरेंद्र ,केशव ,अभिनव ,रोनीत आणि अर्जुन कॉन्फरन्स कॉल वरती बोलत असताना अर्जुन ने कल्पना सुचवली .

अर्जुन ने सुचवलेली कल्पना सगळ्यांना आवडली .अर्जुन च म्हणणं बरोबर होत .गाडीतून लांबचा प्रवास करण कोणालाही आवडलं नसत . याऊलट बीच वर जाऊन राइड्स ची मज्जा अनुभवणं जास्त आनंद देणार होत . मग काय वेळ न दवडता सगळे बीचवर जाण्यासाठी तयार झाले .

समुद्रात उतरताच सगळ्यांचा आळस कुठल्या कुठे पळून गेला. बीचवरती उत्साहपुर्ण वातावरण होत . लोक समुद्रातील खेळांचा आनंद घेत होते. लोकांच्या हसण्याचे ,ओरडण्याचे ,चित्रविचित्र आवाज येत होते . जणू एखादी जत्राच भरली होती .सगळ्या मुलांचं ठरलं होतं .ते

राइड्स चा मनसोक्त आनंद घेणार होते. पण राइड्स पाहून मुली थोड्या फार घाबरल्या . कादंबरी तर खूपच जास्त घाबरली . फ्लाय बोर्डिंग करण्याऱ्या मुलाकडे पाहून तर ती अवाकच झाली .अश्या प्रकारचा आनंद घ्यायलाही हिंमत कोठून येत असेल याचा ती विचार करू लागली .

या वेळी अर्जुन खूप जोशात होता. त्याला हे अस थरारक गोष्टी करायला खूप आवडतं असत .या आधीच अर्जुन ने या राइड्स चा अनुभव घेतला होता त्यामुळे त्याचा आत्मविश्वास वाढला होता .

"चला मग राइड्स चा आनंद घेण्यासाठी सगळे तयार आहेत ना ?". सगळयांचा उत्साह वाढवत अर्जुन म्हणाला . सगळ्यांचे चेहरे प्रफुल्लित दिसत होते . असा खट्याळ आनंद उपोभोग कोणाला आवडणार नाही . आपण मानव नेहमीच कोणत्या न कोणत्या जवाबदारी खाली वावरत असतो .ते आपलं कर्तव्य आहेच पण बऱ्याचदा जवाबदारी निभावताना आपण त्यात इतके गुंतून जातो की आपला आनंद ,अपल्याला के हवं आहे याचं भान ही राहत नाही .म्हणून मग जेव्हा जेव्हा निसर्ग आनंद उपभोगण्याची संधी देईल तेव्हा तेव्हा त्याचा पूर्ण उपयोग केला पाहिजे .

प्रत्येक राइड्स वरती सिद्धी आणि अर्जुन बरोबरच होती . घाबरण्याऱ्या कादंबरीलाही विरेंद्र ने राइड्सचा आनंद घेण्यास भाग पाडल .थरारक राइड्स ना कादंबरीचा नकार असतानाही विरेंद्र तिला सोबत घेऊन जात असे .पण त्यात ही सुरुवातीला ती खूप घाबरायची पण नंतर ती त्याचा आनंद घ्यायची .

बाणाना राइड्स ,पॅरासेलिंग ,जेट स्कीलिंग, बंपर बोट , स्पीड बोट या सगळ्या एन्जॉय करून झाल्यानंतर जेव्हा स्कुबा डायविंग चा नंबर आला तेव्हा त्यासाठी फक्त सगळी मुलं तयार झाली . सगळ्यात आधी मुलांना स्कुबा डायविंगच ट्रेनिंग देण्यात आलं .पाण्यात गेल्यानंतर संवाद साधण्यासाठी इशारेच कामी येतात . श्वास नीट न घेता येण , पाण्यात शरीर स्थिरावले त्यासाठी आणि पाण्यातून बाहेर येण्यासाठी ठराविक अशा मुद्रा होत्या.मिळेल तेवढं सगळं प्रशिक्षण घेऊन सगळे समुद्रात उतरले .तो अनुभव सगळ्यांसाठी खास होता .निसर्गाचं आणखी एक सुंदर रुप ,सौंदर्य त्यांच्या डोळ्यासमोर होत . निळा समुद्र

,रंगबेरंगी मासे, पाण्यातील शैवाल .रंगबेरंगी माश्यांबरोबर पकडापकडी खेळावी अस सगळयांना वाटत होतं .पाण्याखालची दुनिचाच वेगळी होती .

23

रात्री सगळे जण जेवण करत बसले होते .बीचवर घडलेल्या गमतीजमती एकमेकांना सांगत सगळ्यांचा वेळ छान चालला होता . तोच अर्जुन ला एक फोन आला आणि तो सगळ्यांनपासून लांब जाऊन फोन वरती बोलू लागला . अर्जुनच अस वागणं सिद्धीला विचित्र वाटत होतं .सिद्धी अर्जुनाचा विचार करत होती तोच तिथे दिव्यम आला .त्याने सिद्धीला विचारांच्या तंद्रीतून जाग केलं .

"हाय मी तुम्हाला डिस्टर्ब तर केलं नाही ना ?." सगळ्यांवरती नजर टाकत दिव्यम म्हणाला .

"अरे नाही दिव्यम ये बस तू ही जेवण करायला".विरेंद्र दिव्यमला जेवणसाठी विचारत म्हणाला .

"थँक यू पण माझं जेवणं झालं आहे .तुम्ही सगळे इथे दिसला म्हणून तुम्हाला निमंत्रण द्यायला आलो ."

" निमंत्रण !" अनघाने उत्सुकतेने विचारलं .

"वाढदिवस आहे माझा त्यासाठी." अनघाकडे पाहून स्मितहास्य करत दिव्यम म्हणाला .

"पण कधी आहे तुझा वाढदिवस ?".केशवने दिव्यम ला प्रश्न केला .

" अरे हो ते तर सांगायचंच राहून गेलं. एक जानेवारीला असतो त्यामुळे एकतीस डिसेंबर ला रात्री बारालाच साजरा करतो . नवीन वर्ष आणि वाढदिवस सोबतच . "

"अरे व्वा मस्त ".सगळे सुरात म्हणाले .

"मग तुम्ही येणार ना सगळे माझा वाढदिवस साजरा करण्यासाठी ?".

" भावा विषय आहे का ?येणार ना सगळे जल्लोष वाढवत अभिनव म्हणाला ."

"ठीक आहे मग मी उद्या कुठे भेटायचं ते अनघाला कळवतो .बरं निघतो मी आत्ता" अस म्हणून दिव्यम निघणार तोच अर्जुन परत आला .

"अर्जुन दिव्यमचा वाढदिवस आहे एक जानेवारीला आणि एकतीस डिसेंबर ला सेलिब्रेशन आहे. आणि आपण सगळे तिकडे जाणार आहोत ."रोनीत म्हणाला .

"ठीक आहे सगळ्यांनी ठरवलं आहे तर जाऊया आपण सगळे मस्त एन्जॉय करू "अस म्हणत अर्जुने दिव्यम कडे पाहुन स्मितहास्य केलं . दिव्यम सगळ्यांना बाय बोलून तिकडून निघत होता तोच जाता जाता दिव्यम ने अनघाकडे पाहून स्मितहास्य केलं .

दिव्यम गेल्यानंतर अर्जुन ला कोणाचा फोन आला होता अस सिद्धीन विचारलं असता अर्जुन ने त्या विषयवार बोलायचं टाळलं. अर्जुन ला कोणतीतरी गोष्ट सतावतेय ती बाब सिद्धीच्या लक्षात आली .तिला सतत अस जाणवत होतं की जे काही घडलंय किंवा जे काही घडतंय त्या पासून अर्जुन मला दूर ठेवतोय .खरं तर सिद्धीचं ही बाब अर्जुनला विचारून पाण्यासारखी साफ करणार होती पण तिनं वाट पाहण्याचं ठरवलं . अर्जुन ने स्वतः हुन खरं काय आहे ते तिला सांगण्याची .

जेवण झाल्यानंतर सगळी मुलं मसाला पान खाण्यासाठी बाहेर गेली होती .तेव्हा सगळ्या मुली हॉटेल च्या गार्डन मध्येच बसून होत्या .अनघा आणि सिद्धी एका बाकावर तर बाकी चौघी दुसऱ्या बाकावर .

" अनघा तुला एक विचारू का ग ?".आकाशात शांतपणे चांदण्या बघत असताना सिद्धी म्हणाली .

"दिव्यमबद्दल ?". अनघाने शांतपणे सिद्धीला प्रतिप्रश्न केला .

"तुला कसं समजलं मी त्याच्याच बद्दल विचारणार आहे ते ?" आश्चर्यचकित होऊन सिद्धी म्हणाली .

"जस की याचं उत्तर तुला माहीतच नाही ".सिद्धीकडे एकटक बघत अनघा म्हणाली .

अनघाच सिद्धीकडे तसं एकटक बघणं साहजिकच होत .कारण बोनफायर पासून सगळे अनघाला दिव्यम च्या नावावरून चिडवू लागले होते .

अनघा सिद्धीकडे एकटक बघताच सिद्धी मिश्कीलपणे हसली आणि पुढे म्हणाली .

"मग काय विचार केला आहेस तू दिव्यमबद्दल ?". सिद्धीने अनघाला विचारलं . थोडा वेळ शांत बसून राहिल्यानंतर अनघा बोलू लागली .

" दिव्यम एक चांगला मुलगा आहे म्हणजे या दोन तीन दिवसांत तरी मला अस वाटतंय .पण मला अशी वाटतंय कोणताही निर्णय मला घाईत घ्यायचा नाही .मी त्याला अजून फारसं ओळखत नाही म्हणून मला अस वाटतंय की मला त्याच्याबद्दल काय वाटत ते मी इतक्यात व्यक्त करायला नको . तुला खरं सांगू का तुझ्या आणि निलेशच्या बाबतीत जे काही झालं तसं होऊ नये अस मला वाटत .त्यामुळेच दिव्यमबद्दल निर्णय घेण्यासाठी मी वेळ घेतेय.आणि दुसरीकडे तुझं आणि अर्जुनच नात बघ .तुम्ही दोघे एक जोडी असल्यासारखे कमी आणि मित्र मैत्रिणी सारख जास्त राहता. ते किती छान वाटत बघ .मला वाटत माझं आणि दिव्यम च नात ही तुमच्यासारखं असावं .आम्हला आधी एकमेकांचे चांगले मित्र बनता आलं पाहिजे म्हणजे मग पुढच्या सगळ्याच गोष्टी सोप्या बनून जातील ." अनघाच्या बोलण्याने सिद्धी विचारांत हरवली होती .अनघाने तिला आवाज देऊन विचारांच्या दुनियेतुन बाहेर आणलं .

"हा तर मग तुला दिव्यम तुला आवडतो तर ?".सिद्धीच्या या प्रश्नाच अनघाने लाजून उत्तर दिलं .

"दिव्यम खरंच चांगला मुलगा आहे. पण तू तुझा वेळ घे .त्याला नीट समजून घे . एकदा तुझी स्वतः ची खात्री पटली ना की दिव्यम च तो मुलगा आहे ज्याच्या सोबत तू कायम आनंदात राहशील तेव्हाच तू त्याला तुला वाटणाऱ्या भावनांबद्दल त्याला सांग ". सिद्धी ने अनघाला

समजावून सांगितलं.

तोच दंगा करत मुलांची गाडी हॉटेलमध्ये आली . गाडीतून उतरल्यानंतर केशव ने सगळ्यांना मसाला पान दिलं .

" पान घेऊन यायला इतका वेळ लागतो का ?".केशवकडून पान घेत प्रणाली म्हणाली .

अरे तुमच्यासाठी खास पान बनवायला सांगितलं होतं त्यामुळे उशीर झाला .कादंबरीच्या कमरेभोवती विळखा घालत विरेंद्र म्हणाला .

" अर्जुन उशिरा येण्यामागच हे खरं कारण आहे का ?". हळू आवाजात सिद्धी अर्जुनच्या कानाजवळ कुजबुजली .अर्जुन ने नकारार्थी मान डोलावली .

"मग ?". सिद्धीने शंकेच्या सुरात अर्जुन ला विचारलं .

"तुला वाटतंय तेच कारण आहे ".केलेला खोटारडेपणा स्वीकारत अर्जुन म्हणाला .

"म्हणजे घेतली ना तुम्ही सर्वांनी सिगारेट ?". सिद्धीच्या या प्रश्नावर अर्जुन ने पुन्हा मान डोलावली.तशी सिद्धी एकटक त्याच्याकडे रागाने बघू लागली . मग काय बराच वेळ अर्जुन ला सिद्धीला समजावं लागलं .

24

सकाळी कोवळ्या सूर्यप्रकशात सगळे जण बाहेर बसले होते . पुढे काय करायचं ते ठरवण्यासाठी सगळे जमले होते .

"आज कुठे कुठे जायचं ठरलय ?". गाडीच्या बोनेटवरती बसलेला अभिनव रोनीत ला विचारत होता .

"वॉटरफॉल ला जायचं आहे तेवढंच माहीत आहे मला .अक्षता असंच काहीसं बोलत होती. आजच प्लॅनिंग मुली करणार आहेत ".जेवढं काही माहीत आहे ते रोनीत ने अभिनव ला सांगितलं .

"हो रे मलाही आठवलं काल संजना फोनवरती बोलत होती .नारीशक्ती च प्रदर्शन करू म्हणून ".अभिनव म्हणाला .

"प्रत्येक वेळी त्यांना जे हवं असेल तेच होत असत अजून काय आणि कुठे नारी शक्ती प्रदर्शन दाखवणार आहेत ." अस म्हणत रोनीत आणि अभिनव ने एकमेकांना टाळी दिली .

"काय झालं रे ?". अस म्हणत विरेंद्र दोघांजवळ आला .

" काही खास नाही .आपलं नारी मंडळ कुठे आहे ?". अभिनव म्हणाला .

"नारी मंडळ ! इकडेच येण्याच्या मार्गावर आहे .पण हा मामला काय आहे ?."विरेंद्र ने प्रश्न केला .

"अरे काल संजना ने सोशल मिडियावरती एक व्हिडिओ पहिला त्यात अस सांगत होते की आजकाल मुलं मुलीवरती हुकूमत गाजवत आहेत .आणि मग काय हा सगळा असर त्या विडिओ चा आहे ." अभिनव म्हणाला .

" असा मामला आहे तर आपण शांत बसलेलच बर .हा अर्जुन आणि केशव कुठे दिसत नाहीत?आवरलं नाही का त्यांचं आणखी ?".आजूबाजूला बघत विरेंद्र म्हणाला .

" त्या बाजूला तर बघ कृष्णा फोनवरती बोलतोय आणि स्वप्नीलच काही माहीत नाही ".रोनीत म्हणाला .

" कालपासून केशव ला बरेच फोन येत आहेत ". विरेंद्र म्हणाला .

"हा केशव ला आज हॉटेल च्या बुकिंग साठी आणि अभिनव ला केक च्या ऑर्डर साठी". रोनीत उत्तरला .

"हे दोघे जर आज असेच फोन वरती बोलत राहिले तर यांचं आज काही खरं नाही . " विरेंद्र अस बोलताच रोनीत ही त्याचा सोबत हसू लागला .

"अर्जुन अरे मी मुलगी असून तुझ्या आधी तयार झाली आहे.आणि एक तू आहेस किती वेळ लावतोयस आवरायला ."अर्जुन कधी तयार होतोय याची वाट बघून सिद्धी कंटाळलेल्या सुरात म्हणाली

.

"मघाचं पासून तर बघतेयस मी काय आवरतोय ते .तू जा बाहेर मुलींबरोबर बस .मी येतो आवरून झालं की." डोक्याला हाताचा टेका देऊन बसलेल्या सिद्धीला पाहून अर्जुन म्हणाला .

"नाही ते तर नकोच तू लवकर बाहेर आला नाहीस तर सगळे माझं डोकं खातील . त्यापेक्षा मी इथेच थांबते . आपण दोघे सोबत जाऊया".सिद्धी अर्जुन ला म्हणाली .

"खरं खरं सांग ना की तुला हँडसम अर्जुन ला बघायचं आहे ते .खरं सांगितलंस तर तुला कोणीही काही बोलणार नाही ". अर्जुन चेष्टेचा सूर पकडू लागला .

"तसं काही नाहीये मी खरचं तुझ्यासाठी म्हणून थांबले .दोघे सोबत जाऊ म्हणून .ठीक आहे ये तू मागून ".अस म्हणत सिद्धी बाहेर जाणार तोच अर्जुन ने तिचा हात पकडून तिला थांबवलं .

"आपण दोघांनी सोबत जायचं होतं ना मग एकटीच जाणार काय ?". अस म्हणत अर्जुन त्याच्या आणि सिद्धी मधील अंतर कमी करत होता .सिद्धी आणि अर्जुन एकत्र होऊन बरेच दिवस झाले होते तरीही अर्जुन

जसा जसा सिद्धीच्या जवळ येवु लागला तसं सिद्धीला शहारून यायचं . तिचं हृदय वेगाने धडधडु लागलं .

"अं हं तसं नाही अर्जुन सगळे जण आपली वाट बघत असतील .आपल्याला जायला हवं.आपल्याला नेहमी उशीर होत असतो ".सिद्धी स्वतःला सावरण्याचा प्रयत्न करत अर्जुन ला म्हणाली .

" हो हो जाऊ बाहेर आपण .पण त्या आधी तू माझ्या मिठीत तर नक्कीच येऊ शकतेस हो ना ?".अस म्हणत अर्जुन ने सिद्धीला मिठीत घेतल. सिद्धी अर्जुनाच्या जवळ असताना तिच्या मनात हजारोंनी फुलपाखरे भिरभिरायची .अर्जुन अस काही बोलायचा , अस काही करायाचा की त्याच्या अल्लड कृत्यांवर ही सिद्धीचं सहज प्रेम जडायचं.

"बरं चल आपल्याला खरचं उशीर होतोय ".अस म्हणत सिद्धी अर्जुन च्या मिठीतुन वेगळं होवून त्याचा हात पकडून पुढे चालू लागली .अर्जुन ही मग तिच्यासोबत चालू लागला .

" नारी मंडळ आज कुठे कुठे जायच ?." विरेंद्र ने सर्वांकडे कटाक्ष टाकत विचारलं .

"चला आधी सगळे गाडीत तरी बसा मग आम्ही सांगू तिकडच्या मोहिमेवर जायचं ."कादंबरी जोर देऊन म्हणाली.

"आज तुम्ही सांगल तेच होणार .बरं अर्जुन आज तू स्टेरिंग हाती घे आम्ही मागे बसतो ."रोनीत गाडी ची चावी अर्जुन च्या हवाली करत म्हणाला .

"ठीक आहे आज मी मोहीम फत्ते करण्यास तुम्हाला मदत करतो चला सर्वांनी आपलं आसन ग्रहण करा ." अर्जुन हसून म्हणाला .

अर्जुन च्या बोलण्यावर सगळेजण हसले व एक एक करत सगळे गाडीत बसले .

"अरे आत्ता तर आपण मेन रोडवरती पोहचलो .आता तरी सांगा कुठे जायचे ते?". अर्जुन म्हणाला .

"हे बघ जीपीएस वरती रस्ता दाखवत आहे,तिथेच आपल्याला जायचं आहे".सिद्धी मोठ्याने म्हणाली .

"अंगुआडा किल्ला " अर्जुन आश्चर्यचकित होऊन म्हणाला .व पुढे बोलू लागला

.

"आपण किल्ला बघायला जाणार आहोत. व्वा खूप मज्जा येईल".

"खरं सांगू मला तर वाटलं होतं की आजचा सगळा दिवस फक्त शॉपिंग मध्ये जाईल .हे असलं काही अपेक्षित नव्हतं."रोनीत ने अस बोलताच अक्षता ने डोळे मोठे त्याच्याकडे एक कटाक्ष टाकला . तोच त्याच्या या बोलण्यावर सगळी मुलं हसू लागली .

"पण काही हरकत नाही.गोव्याला यायचं महत्वाचं कारण हे बीच होत आणि आपण ते मस्त एन्जॉय केलं आहे .त्यामुळे किल्ले आपण फिरू शकतो .आपल्या भागातील गड किल्ले तर आपण पाहिले आहेतच आज गोव्यातील पाहून घेऊ ".अभिनव काहीतरी नवीन करण्याच्या उद्देशाने म्हणाला .

"अर्जुन गाण्यांचा आवाज वाढवं आणि गाडी वेगाने जाऊ दे ".उत्साहपूर्ण आवाजात कादंबरी अर्जुन ला म्हणाली .

"जशी नारी शक्तीची आज्ञा". अस म्हणत अर्जुन ने गाण्यांचा आवाज वाढवला आणि गाडीला वेग दिला .

गप्पा मारत अग्वाडा किल्यावर पोहचले . सोळाव्या शतकात पोर्तुगीजांनी मराठा आणि डचपासून रक्षण करण्यासाठी बांधला .किल्यावर त्या काळात गोड्या पानी साठवलं जायचं असेल . सगळे जण किल्ला बारकाईने बघत होते . त्यात काही वेगळं पण जाणवतंय का ते पाहत होते .किल्यावर फोटो काढुन झाल्यावर सगळे लाईट हाऊस पाहायला गेले . लाईट हाऊस वरून समुद्राचं वेगळं रुप पाहायला मिळतं होत .नजर जाईल इथपर्यंत विशालकाय समुद्र दिसत होता .

" मग नारी शक्ती हे तर झालं आत्ता पुढें काय ?".विरेंद्र ने मुलींना प्रश्न केला .

"आत्ता दुसरा किल्ला ".अनघाने उत्तर दिलं .

"दुसरा कोणता ?" रोनीत ने विचारलं .

"रीस मागोस." अक्षता उत्साहाने म्हणाली .

"अरे हो तो किल्ला इथून जवळ आहे माहितेय मला ".अर्जुन म्हणाला .

"चला म्हणजे आपल्याला आत्ता गाइड ची गरज नाही ".केशव च्या बोलण्यावर सगळे हसले .पण पुढच्या प्रवासाला निघाले .

"रीस मागोस हा किल्ला अग्वाडा किल्याहून देखणा होता .हा किल्ला पंधराव्या शतकात आदिलशाहाने बांधला आहे असं म्हणतात ".अर्जुन त्याला माहित असलेल्या गोष्टी सगळ्यांना सांगत होता.

किल्यावर आधी ज्या ठिकाणी जेल होत तिथे हॉस्पिटल केलं ही गोष्ट सर्वांना खूप आवडली . किल्ला पाहून झाल्यावर सगळे किल्या शेजारील चर्च पाहायला गेले .

"आत्ता कुठे जायच?". चर्च फिरून आल्यानंतर अभिनव ने प्रश्न केला .

"आता सरळ हॉटेल वरती "संजना ने उत्तर दिलं .

"हॉटेल वरती लगेच ?". केशव म्हणाला .

"अरे वेळ किती झालाय बघा संध्याकाळी दिव्यम च्या वाढदिवसासाठी ला पण तर जायचं आहे आराम कधी करायचा म्हणून आत्ता आपण कुठेही न जाता सरळ रूम वर जायचं आहे ." प्रणाली ने उत्तर दिलं .

"ठीक आहे तुम्ही तुम्ही म्हणाल तसं पण हॉटेल वर जाण्याआधी काहीतरी खाऊन जाऊया मला भूक लागलीय." अस म्हणत रोनीत गाडीत बसला .मग एक एक करून सगळे गाडीत बसले व तिथून निघून गेले .

25

सगळे जण बीच वरती पोहचले . दिव्यम चा वाढदिवस तिथेच होणार होता . त्याच्या वाढदिवसानिमित्त आणि नवीन वर्षाच स्वागत म्हणून तिथला परिसर खूप छान पद्धतीने सजवला होता . रंगबेरंगी लाइट्स ,वेगवेगळ्या फुलांचा सुगंध , मनाला भावेल अस संगीत आणि या सगळ्यात आणखी रंग भरणारा प्रकाशमय चंद्राची साथ .मन प्रसन्न ,शांत व्हायला आणखी काय हवं . सगळे जण आजूबाजूच दृश्य डोळे भरून पाहत होते .तोच अनघाला आवाज देते दिव्यम तिथे आला .सगळ्यांनी त्याच्या हातात हात देवून वाढदिवसाच्या शुभेच्छा दिल्या . दिव्यम च्या चेहऱ्यावर आनंद झळकत होता . जो त्याच देखणं रूप वाढवण्यास नकळत त्याची मदत करत होता .

आज दिव्यम कडे पाहून सगळयांना अस वाटत होतं की तो आज अनघासमोर प्रेमाची कबुली देईल .पण अनघा प्रार्थना करत होती की दिव्यम ने अस काहीही करू नये . अनघाला दिव्यम ला होकार द्यायचा होता पण असा घाई मध्ये नाही .तिला आणखी थोडा वेळ हवा होता दिव्यम ला पूर्णपणे समजण्यासाठी .

"माझे बाकीचे मित्र आले आहेत का ते बघतो मग आपण केक कापू या तोपर्यंत बारा वाजून जातील तेव्हा नवीन वर्षाच ही स्वागत करू या." एवढं बोलून अनघाला बाय करून दिव्यम तिथून निघून गेला

मग मुला मुलींचा फोटो काढण्याचा कार्यक्रम सुरू झाला . फोटो जर जुन्या आठवणींना उजाळा देण्यासाठी आपली मदत करतात . थोड्या वेळातच सगळे गोळा झाले . दिव्यम ने केक कापला . सगळयांनी गाणं

म्हणत त्याला वाढदिवसाच्या मंगलमय शुभेच्छा दिल्या .

सगळे जण केक खात होते . तोच अर्जुन ला फोन आला . फोन कडे पाहून अर्जुन ने सिद्धी कडे पाहिलं व फोन घेण्यासाठी तिथून बाहेर आला . सिद्धीला आधीच संशय आला होता की अर्जुन च काहीतरी बिनसलं आहे.आणि त्यातच अवेळी आलेल्या फोन ने तिच्या संशयावर शिकमोर्तब केला . या वेळी सिद्धी ही अर्जुन च्या पाठीमागे गेली . तिला कारण जाणून घ्यायच होत की अर्जुन कशामुळे इतका अस्वस्थ झाला आहे . फोन वर बोलणारी व्यक्ती कोण असेल ? त्याच अर्जुनकडे काय काम असेल?अश्या एक आणि बऱ्याच प्रश्नांची उत्तरं सिद्धीला अर्जुन कडून जाणून घायची होती .

अर्जुन ने फोन ठेवताच सिद्धी त्याच्या जवळ पोहचली .सिद्धी अचानक त्याच्या मागे पाहून अर्जुन जरासा घाबरला .

"सिद्धी तू इथे काय करतेयस ?".अर्जुन ने काळजीने सिद्धीला प्रश्न केला .

"तू माझं सोड .आधी मला तू सांग. तुझं काय सुरू आहे ?. तुला एवढ्या रात्री कोणाचा फोन आला आला आहे ? तू मला सारखा अस्वस्थ का दिसतो ? कशी कोणती गोष्ट आहे जी तू माझ्यापासून लपवत आहेस ?."

"सिद्धी तुला सगळं सांगतो तुला पण आपण आधी इथून परत जाऊ या का ? सगळे आपल्याला शोधत असतील ".

अर्जुन ने सिद्धीचा हात हातात घेतला आणि विश्वासाने तिच्या कडे पाहू लागला .

"अर्जुन मला आत्ता इथेच सगळं काही खरं ऐकायचं आहे तुझ्याकडून .मी आशा करते की तुला सगळं काही खरं सांगशील ".रडवेल्या सुरात सिद्धी म्हणाली .डोक्यावर काळा तुरा असलेला चटक जसा पावसाच्या पाहिल्या सरीसाठी तरसत असतो तशीच अवस्था आज सिद्धीची होती . अर्जुन च उत्तर ऐकण्यासाठी सिद्धी आतुर होती .

"ठीक आहे तुला मी सगळं खरं काय आहे ते सांगतो पण तू आधी शांत हो ".

"बोल ऐकतेय मी ".

"तर ऐक मग मी नोकरी सोडतोय. मला माहित नाही तू याचा कसा विचार करशील पण मला माझा हा निर्णय योग्य वाटतोय .सिद्धी आयुष्यभर ही अशी नोकरी करणं मला नाही जमणार .आभाळभर हिंडणार पक्षी पिंजऱ्यात बंदीस्त राहील तरी कसा ?आणि जरी तो त्या अडकून राहिला तर तो कधीच आनंदी राहणार नाही .ना आकाशात पुन्हा भरारी घेण्याचं स्वप्न ही तो पाहू शकणार नाही आणि शेवटी तर तो त्याच्या असमर्थतेच्या भावनेने डोळे मिटून निजेल .यातून काहीही चांगलं निष्पन्न होणार नाही .आणि म्हणून मला हे करणं गरजेच आहे."अखेर हिंमत करून अर्जुन ने सिद्धीपुढे मनातील बाब बोलून दाखवली .

सिद्धी ला काहीच समजत नव्हतं .अर्जुन काय बोलून गेला ते .अपेक्षित नसलेली गोष्ट जेव्हा घडू लागते तेव्हा माणसाला समजत नाही.त्या गोष्टीच समर्थन करावं की त्यातून बाहेर कस पडता येईल याचा विचार करावा? सध्या तरी सिद्धीला असंख्य प्रश्न पडत होते .

"पण का ? आणि आत्ताच का ? कशासाठी हे सगळं हे ? पुढच्या वर्षी तर तुझं प्रमोशन ही होणार आहे .मग नोकरी सोडायची काय गरज आहे ?".

"या नोकरीत मी समाधानीच नाही तर मग मी मला मिळालेल्या प्रमोशन च काय करू ? मला मिळणार प्रमोशन माझ्या चेहऱ्यावर तिळाएवढाही आनंद नाही पसरवू शकत .हा एक आहे की याने माझ्या आईवडिलांना ,तुला खूप आनंद होईल . प्रमोशन ने तुल माझा खूप अभिमान वाटेल .पण मी हे जर असाच सुरू ठेवलं तर माझ्या मनाला रुखरुख लागून राहील कायमची ".

"ही नोकरी करायची नाही तर मग काय करायचा विचार आहे तुझा अर्जुन ?".

दोन मिनिटं अर्जुन शांत उभा राहून सिद्धीकडे पाहत होता .अर्जुनच्या शांत राहण्याने सिद्धीला आता भीती वाटू लागली होती . अखेर शांततेचा अंत करत अर्जुन ने उत्तर दिलं .

"सिद्धी मला कलेक्टर व्हायचं आहे . " अर्जुन बोलत असताना मध्येच आकाशात फटाक्यांची आतिषबाजी सुरू झाली .मागील वर्षाला

निरोप देऊन नवीन वर्षाच स्वागत धुमधडाक्यात झालं . आकाशात होणारी रोषणाई जणू पुढील आयुष्य प्रकाशाने उजळून जाईल याची शास्वती देत होत .धनुष्यातुन एका मागून एक बाण सुटावेत आणि थेट दुश्मनाच्या छातीवर कब्जा करावा अगदी तशीच फटाक्यांची आतिषबाजी सुरू होती . जे की आकाशात काही क्षणासाठी आपलं अस्तित्व दाखवत होती . तेव्हा कितीतरी वेळ रोषणाई दिसत होती . सिद्धी पुन्हा अर्जुन कडे वळली .जणू काही जीव मुठीत ठेवून सिद्धीच्या उत्तराची वाट पाहत तिच्याकडे आशेने पाहत होता .स्वप्नपूर्तीसाठी वाटणारी तळमळ ,सिद्धीला गमावण्याची भीती दोन्ही विरुद्ध भाव त्याच्या चेहऱ्यावर ठळकपणे दिसत होते .

आत्तापर्यंत अर्जुन च आयुष्य निवांत ,लयबद्ध पध्दतीने प्रवाहीत होतं होत .अर्जुन च असंही रूप आहे यावर सिद्धीचा विश्वास बसत नव्हता .बसणार तरी कसा म्हणा अर्जुन एक बेफिकीर मुलगा होता .आयुष्यात नियोजन करून तो कधीही वागला नाही . कोणत्याही कंपनी मध्ये आपल्या मुलाने चांगल्या पदावर काम करावं असं सगळ्यांच पालकांना वाटत असत. अर्जुन ही तेच करत होता .त्यात नावीन्य अस काहीही नव्हतं .सिद्धीला नवल वाटतं होत ते अर्जुन ने व्यक्त केलेल्या त्याच्या इच्छेबद्दल .कलेक्टर म्हणजे जवाबदारीच पद . म्हणजे अस व्यक्तिमत्त्व जे सक्षम असेल .सक्षम असेल आलेल्या सर्व प्रसंगानां तोंड देण्यासाठी.

"आत्ता उमेश काकांचा फोन होता. जे परदेशात राहतात .बाबांचे ते चांगले मित्र आहेत .माझ्या कंपनीतील मॅनेजर कडून त्यांना समजलं की मी नोकरी सोडतोय म्हणून .म्हणाले की प्रमोशन मिळाल्यानंतर एक वर्षभर तिथे काम कर नंतर मी भारताबाहेर तुझ्यासाठी नोकरी बघतो .पण त्याचं मला समजवण व्यर्थ गेलंय .माझा निर्णय ठाम झाला आहे . त्यात आत्ता कसलाही बदल होणार नाही .मला लोकांच्या हितासाठी कामं करायची आहेत . आईबाबांना मी कसंही करून सजावेंन मला फक्त तुझी साथ हवी आहे .हे स्वप्न पूर्ण करण्यासाठी . हे स्वप्न मला तुझ्याएवढंच महत्त्वाच आहे .हा आणि या बाबतीत तुझा जो काही निर्णय असेल तो मला मान्य असेल .मग तुझा यासाठी होकार असो

व नकार . कारण हे स्वप्नं मी तुझ्याचमूळे पाहिलं आहे . तुझ्याचमुळे मला समजलं की आयुष्यात मला काय करायचं आहे.सिद्धी तू माझ्या जगण्याला अर्थ दिला आहेस.त्यात तुझं शिक्षण ही पूर्ण होतंय . तुझे घरचे तुझ्या लग्नासाठी स्थळ ही शोधायला सुरू करतील".

"नाही इतक्यात काही करणार नाहीत ते".

" अस तुला वाटतंय पण तुझ्या घरातले या कामाला लागलेत .मागच्या काही महिन्यांमध्ये तुझे आई बाबा माझ्या घरी गेले होते तेव्हा तुझी आई म्हणाली की या वर्षी पासून सिद्धी साठी स्थळ शोधणार .बोलता बोलता आईनेही ही गोष्ट मला सांगितली .तू याच टेन्शन घेशील म्हणून मी तुला काही बोललो नाही .सिद्धी मला तुझ्या लायक बनायचं आहे .कलेक्टर झालो तर मी तुझ्या लायक ही बनेन .तर मग सिद्धी माझ्या स्वप्नपूर्तीसाठी मला सोबत करणार का?".

" काय चाललं आहे तुझं अर्जुन? तू कधी पासून असा विचार करायला लागलास ?एवढी समाज ,एवढा जवाबदारपणा तुझ्यामध्ये कुठून आला ? तू हे जर मला आधीच सांगितल असत तर मी तेव्हाच तुला नोकरी सोड म्हणून सांगितल असत .आधीच तू घरच्यांसाठी ,माझ्यासाठी मनात नसतानाही नोकरी केलीस .तुला आणखी मन मारून जगायची काही गरज नाही .तू तुझं स्वप्न पूर्ण कर .खरंतर आपण दोघे मिळून ते पूर्ण करू. आणि या साठी जमेल तेवढी मी तुला मदत करेन ". अस म्हणत सिद्धी अर्जुनच्या कुशीत शिरली .

"अरे सिद्धी आणि अर्जुन कोणाला दिसले का ? केक कापल्यानंतर दोघे कुठे तरी गायब झाले आहेत?" बियय चा घोट घेत अभिनव म्हणाला .

"अरे हो तरीच मी म्हणतेय कोणीतरी इथे नाही पण कोण नाही तेच समजत नव्हतं .संजना आजूबाजूला बघत म्हणाली .

"कारण तुला आत्ता चढली आहे संजना ".अस म्हणत कादंबरी हसू लागली .तिच्या हसण्यात बाकीचेही सामील झाले .

तोच समोरून सिद्धी आणि अर्जुन चालत येताना दिसले .

"कुठे होता रे तुम्ही दोघे ?किती वेळ तुमची वाट पाहत राहिलो ."रोनीत ने अर्जुनला प्रश्न केला .

अर्जुन ने रोनीत कडे पाहून स्मितहास्य केलं आणि म्हणाला .

"आमच्या नात्याला आणि आयुष्याला एक सुंदर वळण देण्यासाठी बाहेर गेलो होतो ." सिद्धी ने ही अर्जुनकडे पाहून समाधानाने स्मितहास्य केलं.पण अर्जुनच बोलणं ऐकून सगळे जण अवाक झाले .अर्जुन काय म्हणाला ते कोणालाही समजलं नव्हतं.

"तुला काही समजलं का रे अर्जुन काय म्हणाला ते ?".गोंधळून गेलेला विरेंद्र अभिनव कडे पाहून म्हणाला .

"ह मी पण तेच समजण्याचा प्रयत्न करतोय .तुल काही समजलं का रे ?". अभिनव ने त्याच्या बाजूला बसलेल्या केशव ला विचारलं .

"हे बघ मला तो काय म्हणाला ते काहीही समजलं नाही पण एवढं नक्की समजलं आहे की आपल्याला आता चढलीय ".अडखळत केशव म्हणाला .

"हो चला उठा आता खूप उशीर झालाय आपण हॉटेल वर जाऊ या .उद्या चेक आउट पण करायचं आहे ".अस म्हणत अर्जुन सगळ्यांना उठवू लागला .अर्जुन आणि सिद्धी सोडून बाकी सगळ्यांनी नशेमुळे स्वतःवरील नियंत्रण हरवलं होत .शेवटी वाकडी तिकडी पावले टाकत सगळे हॉटेल वरती पोहचले .नशेत कधी झोपी गेले हे त्यांचं त्यांनाच समजलं नाही.

तरी बेड वर विसावल्यानंतर अर्जुन सिद्धीन दिलेल्या उत्तराचा विचार करत बसला होता . सिद्धी त्याला परवानगी देईल अस त्याला वाटत होतं पण ती लगेच तयार झाली याच अर्जुन ला नवल वाटलं . कारण निलेश ने ही नोकरी सोडली होती तेव्हा ती गोष्ट सिद्धीला अजिबात आवडली नव्हती . म्हणून सिद्धीची साथ मिळेल की नाही याबाबतीत त्याला शंका होती .

सकाळी थोड्याच वेळात सगळे जण निघणार होते .रोनीत आणि अभिनव गाडीमध्ये सगळ्यांच्या बॅगा भरत होते .बाजूलाच सिद्धी आणि अनघा बोलत बसल्या होत्या .

"मग काल काही बोलणं झालं की नाही तुमचं ?". सिद्धीने अनघाला प्रश्न केला .

"हा झालं तसं ".

"मग काय म्हणाला दिव्यम ?". अनघा काल रात्री तिच्या आणि दिव्यम मध्ये घडलेलं संभाषण आठवू लागली .

दिव्यम - थंक यु माझ्या बर्थडेसाठी तू आलीस , तुम्ही सगळे जण आलात.आज बऱ्याच वर्षांनी मी माझ्या वाढदिवसा दिवशी खुश आहे.

अनघा - "म्हणजे मला समजलं नाही .बऱ्याच वर्षानी तू तुझ्या वाढदिवसादिवशी खुश आहेस?"

दिव्यम - हो आठ वर्षांपूर्वी एका अपघातात माझी आई गेली .माझं आईवर खूप प्रेम होतं . मी अभ्यासात फारसा हुशार नव्हतो . तेव्हा बाबा मला खूप ओरडायचे आणि माझ्या उलट माझा दादा.तो अभ्यासात खूप हुशार .त्यामुळे बाबा त्याचे जास्त लाड करायचे आणि मग आई माझे लाड करायचे .आई सोबत मी सगळं काही शेअर करायचो .आई गेली सोबतच माझी जवळची मैत्रीणही गेली .आईची उणीव तर रोजच भासत असते .पण वाढदिवसादिवशी तीच मला औक्षण करणं सारख आठवतं . पण मग जेव्हा लक्षात येत की औक्षण करणार आत्ता कोणी नाही मग खूप त्रास होतो . म्हणून वाढदिवस घरी साजरा न करता हा असा बाहेर करत असतो .पण त्याचा काही उपयोग होत नाही . त्रास व्हायचा तो होतोच.

अनघा - "मग आज वेगळं अस काय घडलं ?".

दिव्यम - आज माझ्यासोबत तू आहेस.तू खरी आहेस.बाकीच्यांसारखी फेक नाहीस .

अनघा - "मी निघते आता कादंबरी ,प्रणाली माझी वाट पाहत असतील ".दिव्यमच बोलणं मधेच थांबवत अनघा उठून जाणार तोच दिव्यम ने तिचा हात पकडून तिला थांबवलं .

दिव्यम - इतक्यात कुठे निघालीस ?बस खाली .

अनघा - नाही अरे मला आत्ता निघायला हवं .

दिव्यम - "बस माझं आणखी बोलून झालं नाही ." अनघा पुन्हा दिव्यम च्या जवळ बसून राहिली .दिव्यम पुढे बोलू लागली .

दिव्यम - "सॉरी त्या दिवशी मी तुझं आणि सिद्धीचं बोलणं ऐकलं .त्यामुळे तुला ज्या गोष्टीची भीती वाटतेय तसं मी आता काहीही करणार नाही .कारण मला तुझं म्हणणं पटलय.आपल्या नात्यासाठी

आपल्याला थोडा वेळ द्यावा लागणार आहे हे मला समजलं आहे .त्यामुळे तू काही काळजी करू नकोस ".दिव्यम आणि अनघा एकमेकांकडे पाहत राहिले.

दिव्यम - अरे हो तुम्ही उद्या जाताय ना ?मी येईन उद्या तुला भेटायला ". दिव्यम हलकस स्मितहास्य करत म्हणाला. अनघाने ही समाधानाने मान डोलावली .;

"चला चांगलं झालं.तुझ्या मनावरचा भार आता हलका झाला असेल ."अस म्हणत सिद्धीने अनघाची पाठ थोपटली .

"बरं अनघा सामान गाडीमध्ये भरून झालय.सगळयांना बोलवा निघायला हवं आता ". अभिनव म्हणला .

अनघा आणि सिद्धीन सगळ्यांना फोन करून बोलवुन घेतलं .तेवढ्यात दिव्यम ही तिथे आला . सगळ्या मुलांशी तो गळाभेट घेऊ लागला ."कॉन्टॅक्ट मध्ये राहूच आपण" अस म्हणत अर्जुन ने दिव्यमशी हस्तांदोलन केलं.रोनीत ने गाडी सुरू केली . सगळे गाडीत येवून बसले.दिव्यम सगळ्यांना हात हलवून निरोप देत होता .आज अनघा जाताना दिव्यम तिच्याशी काहीही बोलला नाही .फक्त चेहऱ्यावर एक सुंदर हास्य ठेवून त्याने अनघाला निरोप दिला .

26

गोव्यावरून घरी आल्यानंतर अर्जुन ने त्याच्या स्वप्नांबद्दल सगळं काही घरी सांगितलं .आईला अर्जुन चं म्हणणं पटलं .आत आई अर्जुनच्या बाजूने झाली .पण त्याच्या वडीलांना अर्जुन चा हा निर्णय काही पटला नाही. "चांगल्या पगाराची नोकरी सोडणं शहाणंपणाच लक्षण नाही ".यायचं तगादा त्यांनी लावून धरला होता . अर्जुन ने सगळे प्रयत्न करून अखेर बाबांना तयार केलं . मग काय अर्जुन ला आत्ता उडण्यासाठी आभाळ मोकळं झालं होतं .

अर्जुन ने परिक्षेच्या आभ्यासा साठी दिल्ली गाठायचं ठरवलं. तेव्हा पुन्हा माशी शिंकली. आईनं दिल्लीला जाण्यासाठी नकारअर्थी सुरांचा घंटानाद सुरू केला ." तुला जे काही करायचं आहे ते इथेच राहून कर आमच्या डोळ्यांसमोर ". एवढंच तीच म्हणणं होतं. आईकडून परत आभ्यासा साठी दिल्लीला जाण्याची परवानगी मिळवणं म्हणजे ते अर्जुन साठी एक दिव्यच होत .

संध्याकाळी सिद्धी अभ्यास करत असताना तिला अर्जुन चा फोन आला.

अर्जुन : काय करत आहेस?

सिद्धी: ते जरा अभ्यास करत बसले होते . तू सांग ,तु काय करत होतास ?.

अर्जुन: विशेष काही नाही (अर्जुन दबक्या सुरात म्हणाला).

सिद्धी: अर्जुन काही झालं का ?घरी काही तुला कोण बोललं का ?

अर्जुनः अग आई मला दिल्लीला जाण्यासाठी परवानगीच देत नाही .

सिद्धी :आई देईल रे परवानगी .पण थोडा वेळ लागेल .तू आईला समजावून सांग.

अर्जुन : माझ्याकडे वेळच तर नाही .तुला माहितेय मी तिच्या परवानगीसाठी काय केलं ते . आई म्हणाली होती की तुला बाहेर राहणं जमणार नाही.स्वतःची कपडे धुणे ,रूम स्वच्छ ठेवण, जेवण बनवणं , आणि त्यात तिकडे तुला स्वतःची काळजी घ्यायला तर जमणारच नाही .म्हणून मी मागच्या आठवड्यापासून माझे कपडे मीच धुतोय , भात भाजीही करायला शिकलो . पण चपात्या काही जमेनात. त्यात रूम देखील झाडून पुसून घेतोय.एवढं मी तिच्यासमोर करूनही नाहींच म्हणतोय. सिद्धीः अर्जुन तू खरचं एवढं सगळं काम केलंस ?.

अर्जुन : हो तिची संमती मिळवण्यासाठी जमेल ते प्रयत्न करतोय .

सिद्धी : मी बोलू का तुझ्या आईशी .मी एकदा समजवून बघते .आणि आदीतीही सांगते त्यांच्याशी बोलायला .

अर्जुन : ठीक आहे आत्ता हा ही प्रयत्न करून बघू या .

त्यानंतर पुढील दोन दिवसांनी सिद्धीने अर्जुनच्या आईला फोन केला .आधी तब्येतीची विचारपूस करून सिद्धीने थेट महत्त्वाच्या मुद्यावर बोलायला सुरुवात केली . त्यांना पटेल ,समजेल अश्या भाषेत सिद्धी अर्जुन च म्हणणं त्यांना पटवून देत होती . शेवटी तासभराच्या संभाषणानंतर त्या म्हणाल्या ."मी विचार करेन या बाबत .तू त्याची मैत्रीण असून तुला अर्जुन बद्दल खात्री आहे की तो त्याच स्वप्न नक्की पूर्ण करेल. मी तर त्याची आई आहे . मला माहितेय त्याच्या मनगटात स्वप्न पूर्ण करण्याची धमक आहे .पण एक आई म्हणून मला त्याची काळजी वाटते .तो कधीच मला सोडूनन दूर राहिला नाही . पण तरीही मी माझ्या मुलाला त्याच्या स्वप्नांपासून दूर करणार नाही. तो जाईल दिल्लीला आभ्यासा साठी ."

आईची परवानगी मिळताच सिद्धीचा आनंद दुप्पट झाला.सिद्धीने आईंचे खूप आभार मानले .

सिद्धीने लगेचच ही बातमी अर्जुन ला दिली . सिद्धी कडून जेव्हा अर्जुन ला ही बातमी समजली तेव्हा तो बाहेर होता . धावत येऊन त्याने आईला घट्ट मिठी मारली . दिल्लीला जाण्यासाठी परवानगी दिली त्याबद्दल धन्यवाद म्हणाला .

आईची परवानगी मिळाल्यानंतर अर्जुन ची गाडी वेगाने पुढें जाऊ लागली . त्याने एका क्लासेस मध्ये ॲडमिशन घेतलं. क्लासेस जवळ पडतील अश्या भागातच राहण्याची आणि जेवणाची सोय होतेय का ते पाहून त्याने रूम बुक केली . आत्ता फ़क्त ट्रेनच बुकींग राहील होत .

आधी बाबांना आणि नंतर आईला मनवण्यासाठी चार पाच महिने लागले . परीक्षांच्या तयारीसाठी खूप उशीर होत होता . अर्जुन ट्रेनच बुकिंग कधी करायचं याचा विचार करत बसला होता .तेव्हा त्याला सिद्धीचा व्हिडिओ कॉल आला.

" हे हाय कुठे बाहेर गेला होतास का ?".अर्जुन च्या अंगावरील कॉलर चा शर्ट पाहून सिद्धीने अर्जुन ला प्रश्न केला .

"हो ऑफिस ला गेलो होतो.माझा राजीनामा देण्यासाठी ."अर्जुन उत्तरला .

"दिलास राजीनामा मग पुढे काय करणार आहेस ?".सिद्धी म्हणाली .

"ट्रेनच बुकिंग राहील आहे आत्ता तेच करायचं आहे ".

अर्जुनच हे वाक्य ऐकताच सिद्धीच्या डोळ्यात टचकन पाणी आलं .

"सिद्धी रडू नकोस तू अशी रडायला लागलीस तर मला नाही जाता येणार ".अर्जुन सिद्धीला समजवत म्हणाला .

"मी नाही रडत ".कसं बस रडणं थांबवत सिद्धी म्हणाली .

"सिद्धी हे बघ इकडे बघ माझ्याकडे दिल्लीला जाण्याआधी मी येईन तुला पुण्याला भेटण्यासाठी .तेव्हा आपण सोबत छान वेळ घालवू. बर तुझं कॉलेज कसं सूरु आहे ?तुझ्या फायनल्स च्या परीक्षा कधी आहेत ?. अर्जुन सिद्धीचं मन रमवण्यासाठी दुसरा विषय काढत म्हणाला .

"दोन आठवड्यानीं आहेत " सिद्धी ने अर्जुनच्या प्रश्नाचं उत्तर दिलं.

"बरं आई मला आवाज देत आहे नंतर बोलू बाय ".अर्जुन म्हणाला.

सिद्धीने अर्जुनकडे पाहून हात हलवून बाय केलं आणि फोन ठेवून दिला .तोच सिद्धीचा गलांवर आसवं ओघळली .प्रणाली ने सिद्धीला कवेत घेतलं व तिला शांत करण्याचा प्रयत्न करू लागली .अर्जुन सिद्धीपासून दूर जाणार होता.या विचारानेच सिद्धीला रडू यायचं .

त्या दिवशी रविवार होता .उन्ह डोक्यावर आली तरी ही सिद्धी अंथरूणात लोळत होती .तोच तिला अर्जुनचा फोन आला.

"सिद्धी एका तासात तुझ्या बिल्डिंग च्या खाली येतोय .बाहेर जाण्यासाठी तयार रहा ."एवढंच बोलून सिद्धीने फोन ठेवून दिला .सिद्धीला काहीही सुचनास झालं.कुठून सुरुवात करू आणि कुठून नको याचा विचार करू लागली ."अर्जुन मला भेटायला येतोय ".अस म्हणत रुमभर नाचू लागली .अर्जुन ला भेटण्यासाठी उत्साहाने तयारी करू लागली.

थोड्यावेळाने अर्जुन ने पुन्हा एकदा सिद्धीला फोन केला

.

" सिद्धी मी बिल्डिंग च्या गेटसमोर उभा आहे. आवरून लवकर खाली ये ."

"हो हो आलेच ". अस म्हणत सिद्धीने फोन ठेवून दिला . व लगबगीने अर्जुन ला भेटण्यासाठी निघाली .

लिफ्टचा दरवाजा हळू हळू बाजूला होत गेला तसा तसा सिद्धीला फिकट निळा शर्ट घातलेला अर्जुन अगदी राजकुमारासारखा भासू लागला.सिद्धीने वाऱ्याच्या वेगाने येवून अर्जुन ला मिठी मारली .त्याच्या उबदार मिठीत सगळं शीण निघून गेल्यासारख सिद्धीला जाणवू लागल.

27

एका कॉफी कॅफेत सिद्धी आणि अर्जुन कॉफी पीत बसले .

"सिद्धी प्रणाली ,अक्षता , संजना ,कादंबरी, अनघा तुझ्यासोबत का नाही आल्या?".कॉफीचा घोट घेत अर्जुन म्हणाला.

"अरे त्या येणार आहेत तुला भेटायला .म्हणत होत्या आभ्यासासाठी तुला शुभेच्छा द्यायच्या आहेत . " सिद्धीन उत्तरं दिल .

" परीक्षेचा अभ्यास कसा सुरू आहे तुझा?" अर्जुन सिद्धीला म्हणाला.

" हा चालू आहे .ग्रुप स्टडी करतो . त्यामुळे चांगला अभ्यास होतो."सिद्धी म्हणत सिद्धी पुढे बोलू लागली .

"बरं तू ट्रेनच बुकिंग केव्हाच केलं आहेस ?

"दोन दिवसानंतर केलं आहे".अर्जुन उत्तरला .

"अर्जुन तुला काहीतरी सांगायचं आहे . सिद्धी अर्जुन चा अंदाज घेत म्हणाली .

"बोल काय सांगायचं आहे ते ".अर्जुन सिद्धीला म्हणाला.

अर्जुन हे बघ तू माझ्यावर रागवू नकोस आणि मला चुकीचं तर अजिबात समजू नकोस .मी खूप विचार हे ठरवलं .ठरवलं आहे म्हणजे माझ्या मनात फक्त असा विचार आहे ".

" सिद्धी इतके आडे वेडे का घेतेस ? स्पष्ट बोल तुला काय म्हणायचं आहे ".

एक मोठा श्वास घेऊन सिद्धीने बोलायला सुरुवात केली .

"हे बघ एकतीस डिसेंबरच्या रात्री ती जे काही म्हणालास , म्हणजे तुझ्या परीक्षांच सोडून दे. त्याबदल मला काहीही प्रॉब्लेम नाही .तू त्या रात्री म्हणाला होतास की या वर्षीपासून माझे घरचे माझ्यासाठी स्थळ शोधणार आहेत आणि हे खरं आहे म्हणून मग मी विचार करत होते की मी इंटर्नशिप करून पुढील शिक्षणासाठी परदेशात जाते ".

" परदेशात !" अर्जुन आश्चर्याने उगारला.

" हो परदेशात . लग्नासाठी मी आईबाबांना जास्त दिवस नकार नाही देऊ शकणार .मी जर सतत त्यांच्या डोळ्यांसमोर राहिले तर ते लग्न कर म्हणून माझ्या मागे लागतील. त्यात कलेक्टर बनण्यासाठी , त्याच्या तयारीसाठी तुलाही खूप वेळ लागेल .आणि मलाही परदेशात जाऊन राहायची इच्छा आहे .त्यानिमित्ताने मी आई बाबांकडे पाच वर्षे मागेन . मला पाच वर्ष दया शिकण्यासाठी. एक दोन वर्षे आणि बाकीवेळ नोकरी करण्यासाठी .म्हणजे तुलाही तयारी साठी वेळ मिळेल .आपल्याकडे फक्त पाच वर्ष आहेत .आपल्या दोघांची स्वप्नं पूर्ण करण्यासाठी ."

" ठीक आहे सिद्धी तू म्हणशील ते आपण करू या " सिद्धीकडे स्मित हास्य करत अर्जुनला म्हणाला.

"खरचं अर्जुन थंक यु सो मच अस म्हणत सिद्धीचं हसू चंद्रकोरीप्रमाणे खुललं.

" कॉफी पिऊन झाल्यानंतर दोघे मार्केट मध्ये फिरले .गणपती बाप्पाचं दर्शन घेतलं, जेवण झाल्यानंतर अर्जुन पुन्हा सिद्धीला रूमवरती सोडण्यास आला .अक्षता ,अनघा ,कादंबरी ,प्रणाली आणि संजना .सगळ्या आधीच गेटसमोर येऊन उभ्या राहिल्या होत्या .

" हाय कश्या आहात तुम्ही सगळ्या ".दोन्ही हात हालवत अर्जुन सगळ्यांकडे बघत म्हणाला.

"आम्ही सगळ्या ठीक आहोत .तू सांग कधी आहे तुझा दिल्ली चा दौरा?" संजना म्हणाली.

"दोन दिवसांनी जाणार आहे .प्रेमात काय काय करावं लागतं ना ?".अर्जुन खट्याळ सुरात म्हणाला.

"हो रे पण करणार काय आत्ता". कादंबरी म्हणाली."

"खरचं ग बरं अनघा दिव्यम काय म्हणतोय ?कसं सुरू आहे त्याच ?".अर्जुन अनघाला चिडवत म्हणाला.

अर्जुन अनघाला चिडवत म्हणाला.

"अर्जुन मला का त्याच्याबद्दल विचारतोयस? तूच फोन करूम विचार त्याला ." अनघा गोड लाजत म्हणाली.तिच्या बोलण्याने अर्जुन हसला आणि पुढे बोलू लागला.

" बरं सिद्धी मला निघायला हवं आत्ता .ट्रेन आहे आत्ता माझी .बाय सगळ्यांना .भेटू लवकरच. " सगळ्या एका सुरात अर्जुन ला ऑल द बेस्ट म्हणाल्या .

" थंक यु सो मच "अस म्हणतं अर्जुन ने सर्वांचे आभार मानले.

"सिद्धी जाऊ का मी ?".अस म्हणतं अर्जुन ने सिद्धीच्या चेहऱ्यावरून हात फिरवला.

खुप वेळ रोखून ठेवलेल्या आसवांनी रस्ता मिळाला.सिद्धीच्या डोक्यातून घळाघळा अश्रू येऊ लागले . त्याचं अवस्थेत तिनं अर्जुन ला मिठी मारली .

अर्जुन सिद्धीची पाठ थोपटत शांत करण्याचा प्रयत्न करत होता .खूप समजल्यावर सिद्धी शांत झाली .

रिक्षामध्ये बसून तिच्यापासून लांब जाणाऱ्या अर्जुनकडे पाहून सिद्धीला जुना तो क्षण आठवला जेव्हा अर्जुन बिल्डिंग सोडून दुसरीकडे जात होता. तेव्हा ही सिद्धी अशीच रडत होती.फरक एवढाच होता की त्या वेळी विरह त्यांच्या मैत्री मध्ये आला होता.आणि या वेळी विरह मैत्रिसोबतच प्रेमामध्ये ही.

28

वेळ तर पायाला भिंगरी लावल्यासारखी पळत होती . सिद्धीची डिग्री पूर्ण होऊन सिद्धी आटा घराजवळच असलेल्या हॉस्पिटलमध्ये इंटर्नशिप करत होती . अर्जुन ने ही स्वतःला अभ्यासामध्ये पूर्णपणे झोकून घेतलं होतं . आधी ज्यांच्या प्रेमाच्या गप्पा तासंतास रंगायच्या त्या आत्ता दहा ते जास्तीत जास्त पंधरा मिनिटांतच संपू लागल्या .एकमेकांपासून लांब राहून प्रेम टिकवणं सोपं नाही . अर्जुन दिल्लीला जाऊन एक वर्ष झालं होत. या एका वर्षात अर्जुन आणि सिद्धीची एकदाही भेट झाली नाही .जेव्हा अर्जुन सिद्धीला भेटण्यासाठी पुण्याला आला होता तेव्हा झालेली तीच त्यांची शेवटची भेट. सिद्धीन लंडन मधील एक विद्यापीठात मास्टर्स करण्यासाठी अर्ज केला होता .त्याच्या उत्तराकडे सिद्धी डोळे लावून बसली होती .

एके दिवशी अचानक सिद्धीला अर्जुन चा फोन आला ." सिद्धी उद्या मी मुंबई ला येतोय मी ".अर्जुन च हे वाक्य ऐकून सिद्धीच्या मनात प्रश्नाचं वादळ उठलं .आनंद तर तिला झालाच होता पण अचानक अर्जुन मुंबई ला येण्याचं म्हणतोय म्हणजे काळजीच कारण असावं असं तिला वाटलं.

"अर्जुन का रे ?काय झालं ?सगळं काही ठीक तर आहे ना ?तू असा अचानक कसा काय इकडे येत आहेस ? ". सिद्धी काळजीच्या सुरात म्हणाली .

"अग मी ठीक आहे पण आईची तब्येत जरा बिघडली आहे . सारखं माझं नाव घेत होती.म्हणून मग बाबा म्हणाले एकदा आईला भेटून जा".

"आई बरी आहे का आत्ता ?म्हणजे जास्त काळजी करण्यासारख आहे का काही ? अर्जुन जे काही असेल ते मला खरं सांग बरं का ?"

"अग सिद्धी खरंच काळजी करण्यासारखं काही नाही. मला तर वाटतय की ती नाटक करतेय .तिला मला भेटायचं आहे ना म्हणून .खूप फिल्मी आहे ती .तू काळजी नको करू ".

"अर्जुन लवकर ये आईप्रमाणे मी ही तुझी वाट बघतेय".अस बोलत सिद्धीचे डोळे पाणावले .

"हो मलाही तुम्हाला कधी भेटतोय अस झालंय .लवकरच येतो ".अस बोलून अर्जुन ने फोन ठेवून दिला .

अर्जुन मुंबई ला येणार हे समजल्या पासून सिद्धी भलतीच खुश झाली होती . आईला किचन च्या बाहेर काढून रात्रीचा सगळा स्वयंपाक सिद्धीने एकटीनेच बनवला . तिच्या या अश्या वागण्याचं सगळ्यांना नवल वाटत होतं .

" सिद्धी बाळा आज खूप खुश दिसत आहेस .आज काय विशेष घडलंय का ?"ताटावर जेवण्यासाठी बसत बाबांनी सिद्धीला विचारलं .

"अहो बाबा ते अर्जुन मुंबई ला येणार आहे".सिद्धीने उत्साहाने सांगितलं .

"अर्जुन येतोय का ? मग कधी येतोय तो ?".

"उद्याच येतोय तो विमानाने ".

"वर्ष झालं असेल ना सिद्धी त्याला दिल्लीला जाऊन ?".शेजारीच बसलेल्या आईने सिद्धीला प्रश्न केला .

आईचा प्रश्न ऐकताच सिद्धी जरा वेळ सुन्न झाली .एक वर्ष अर्जुन शिवाय तिनं कशी काढली हे फक्त तिलाच ठाऊक होतं .

"हो ग आई , वर्ष झालं त्याला जाऊन ".

"अर्जुन दादा मोठा अधिकारी झाला तर कसलं भारी होईल ना ?"उत्सुक होऊन साक्षी म्हणाली .

"हो अर्जुन अधिकारी झाला तर सगळं काही छान होईल ".अस म्हणत साक्षीकडे पाहून सिद्धीने स्मितहास्य केलं .

दुसऱ्या दिवशी अर्जुन कुठं पोहचला आहे ते जाणून घेण्यासाठी त्याला मेसेज करावा या उद्देशाने सिद्धीने मोबाईल हातात घेतला

.फोन बघून सिद्धी अचानक ओरडली.तशी आई किचन मधून लगबगीने बाहेर आली. बाबा कामावर जायला निघणार होते पण सिद्धीचा आवाज ऐकून ते ही थांबले .

"सिद्धी सकाळी सकाळी एवढ्या मोठ्याने ओरडायला काय झालं ग ?".

आई चिडून सिद्धीला म्हणाली.

"आई अग लंडन वरून मेल आला आहे .माझी मास्टर्स साठी निवड झाली आहे ."अस म्हणत सिद्धी आनंदाने नाचू लागली .हे ऐकून आईबाबांचेही चेहरे चमकले.

सिद्धीन तिच्या शेजारी झोपलेल्या वेद आणि साक्षी च्या अंगावरून पांघरून काढल आणि त्यांना तिची मास्टर्स साठी निवड झाली अस सांगू लागली .

"चला आत्ता सिद्धी सातासमुद्रापार जाणार तर ".अस म्हणत डोळ्यात आलेलं आसवं बाबांनी पुसली.

"बाबा तुम्हीच जर अस केलं तर कस चालेल "अस म्हणत सिद्धीने बाबांना मिठी मारली .

"अग मी काय केलं आत्ता ?माझी मुलगी एवढी परदेशात जाणार म्हणून माझा उर भरून आला आहे बाकी काही नाही बघ ". अस म्हणत बाबांनी सिद्धीची पाठ थोपटली.

" बर मी कामावर येताना पेढे घेऊन येतो आणि हो काहीतरी गोड धोड करा .सिद्धीच्या आवडीचं करा काहीतरी ". आईला सांगून बाबा कामावर निघून गेले .

सिद्धीला खूप आनंद झाला होता . अर्जुन जेव्हा भेटायला येईल तेव्हाच ही गोष्ट त्याला सांगायची अस सिद्धीन मनाशी पक्क ठरवलं. आत्तापर्यंत अर्जुन आणि सिद्धीन जे काही ठरवलं होतं ते सगळं काही जशास तसं घडत होतं.इथून पुढे ही सगळं काही जस ठरवलंय तसंच व्हावं .अस सिद्धी देवासमोर हात जोडून प्रार्थना करत होती.

दुसऱ्या दिवशी अर्जुन सिद्धीला भेटण्यासाठी ती च्या हॉस्पिटलमध्ये म्हणजेच सिद्धी जिथे इंटर्नशिप करत होती तिथे गेला .रूग्णांच्या नातेवाईकानांसाठी बसण्यासाठी बसण्यासाठी बाहेर बाकडी

ठेवलेली होती . त्यातील एका बाकड्यावर बसून अर्जुन सिद्धीची वाट पाहू लागला . आज कितीतरी दिवसांनी अर्जुन आणि सिद्धीची भेट होणार होती . सिद्धीला भेटण्यासाठी अर्जुन खूप उतावळा झाला होता .सिद्धी कधी बाहेर येईल याची अर्जुन आतुरतेने वाट पाहत होता . आजूबाजूला नजर फिरवत तो सिद्धीला शोधत होता . तेवढ्यात एका ठिकाणी त्याची नजर खिळली आणि अर्जुन पाहतच राहिला.

सिद्धी अर्जुन कडे चालून येत होती .गळ्यात अडकवलेला स्टेथोस्कोप ,पांढऱ्या रंगाचा अँपरन घातलेली सिद्धी डॉक्टरकी पेहरावात सिद्धी काही वेगळीच दिसत होती .

तिच्या चेहऱ्यावरून आत्मविश्वासाचा झरा ओसंडून वाहत होता. आत्मविश्वास जो की सिद्धीच्या पेहरावाचा महत्वपूर्ण दागिना होता . अर्जुन ने सिद्धीला दोन वेण्यांपासून ते या डॉक्टरकी पेहराव परिधान करेपर्यंत सिद्धीचं बरंच वेगवेळ रूप त्याने पाहिलं होतं. पण आजच्या एवढी सुंदर,रूपवान सिद्धी या आधी अर्जुन ने कधीच पाहिली नव्हती.बघता बघता दोघेही केवढे मोठे झाले याची जाणीव अर्जुन ला आज सिद्धीकडे पाहून झाली .

अर्जुन जवळ पोहचताच सिद्धी अर्जुन च्या कुशीत शिरली. बरेच दिवस वाट्याला आलेला विरह आज संपला होता.

"सगळं काम झालं तुझं सिद्धी?".स्मित हास्य करत अर्जुन म्हणाला .

"हो सध्या तरी काही नाही .चल आपण तिकडे जाऊन बसु ". अस म्हणत सिद्धी अर्जुन ला एका झाडाखाली घेऊन आली.

"मग कशी आहे आता आईची तब्येत ?".अस म्हणत सिद्धीने अर्जुन चा हात हातात घेतला.

सिद्धी कडे पाहून अर्जुन आधी हलकासा हसला आणि पुढे बोलू लागला.

"तुला म्हणालो होतो ना मी . आईला फक्त मला भेटायचं होत. आजारी असणं हे एक निमीत्त मात्र मला भेटण्यासाठी. "

"असुदे रे त्यामुळे तू इकडे आलास तरी .मग तुझा अभ्यास कसा सुरू आहे?".

"हा चांगला अभ्यास सुरु आहे" . अस म्हणत अर्जुन थोडा थांबला आणि पुढे बोलू लागला ."सिद्धी हे बघ मला माहितेय माझ्या अभ्यासामुळे मी तुला जास्त वेळ नाही देऊ शकत .आणि तू त्याबाबतीत काही तक्रार ही करत नाहीस .मग मला खूप अपराध्यासारखं वाटत .मी खरंच तुझी मनापासून माफी मागतो. "अस म्हणत अर्जुन चा आवाज दबका झाला.

"अर्जुन अरे हे काय आत्ता? हे तू आपल्यासाठीच तर करत आहेस ना , आपल्या दोघांच्या भविष्यासाठी.अस तोंड पडून नको ना बसु . बर इकडे बघ माझ्याकडे .तुला सांगण्यासाठी एक आनंदाची बातमी आहे माझ्याकडे."

अर्जुन ने दोन्ही भुवया उडवत काय बातमी आहे ते इशारेनेच विचारलं.

"लंडन वरून मेल आला आहे .माझी मास्टर्स करण्यासाठी तिथे निवड झाली ."

"सिद्धी काय सांगतेस तुझी खरंच निवड झाली . व्वा क्या बात है ".अस म्हणत अर्जुन ने सिद्धीला जवळ घेतलं.

"आत्ता तुझं ही स्वप्न पूर्ण होणार .सिद्धी आज मी खूप खुश आहे ".

"हो मी ही ".अस म्हणत सिद्धी अर्जुन च्या मिठीतुन वेगळी झाली .

"बर मग कधी जाणार आहेस ?तू खूप आतुर असशील नवीन देश पाहायला?".

"हो मी खूप आतुर आहे. कागदपत्रांचं काम झालं की जाईन.आणि हो मला खूप सारी खरेदी करायची आहे. आणि त्यावेळी तू माझ्या सोबत येणार आहेस .आणखी एक तू येणार आहेस का अस मी तुला विचारत नाही .तू माझ्यासबोत येतोयस अस सांगतेय समजलं."

सिद्धीची धमकी ऐकून दोघेही एकमेकांकडे पाहून हसू लागले .

29

दुसऱ्या दिवशी बाहेर जाण्यासाठी आईची परवानगी मिळावी म्हणून सिद्धी आईला घरकामात मदत करत होती .थोडस काम केल्यानंतर सिद्धी आई शी गोड गोड बोलू लागली .

"आई मला ते थोडंस समान आणायचं आहे.जाऊ कस ग बाहेर ?". आईकडे पाहून एक सुंदर स्मितहास्य करत सिद्धी म्हणाली.

"सिद्धी हे बघ आत्ता वेद आणि साक्षी दोघेही घरी नाहीत.आणि मला सुद्धा खूप काम आहेत .त्यामुळे तुझ्यासोबत यायला कोणीही नाही .तू अस कर संध्याकाळी जातेव्हा होईल काहीतरी ".

"अग आई अर्जुन येणार आहे माझ्यासोबत .तू काळजी करू नकोस.मग आत्ता तरी जाऊ का?जाऊ देत ना आई?".लहान मुलांसारखी सिद्धी आईकडे बाहेर जाण्यासाठी परवानगी मागत होती.

"छान आत्ता त्यालाही कामाला लावलस का ?".आई चेष्टेच्या सुरात म्हणाली.

"अग आई ".असं म्हणत सिद्धी नेआईकडे रुसव्या नजरेनं पाहिलं.

"बरं बाई जा . आत्ता एवढी परदेशात जाण्यासाठी तुला परवानगी दिली आहे.आत्ता तुला थांबवणारी मी कोण ?".

आई तू ना खूप भारी आहेस अस म्हणत सिद्धी आईच्या कुशीत शिरते.

"हो म्हणाले ना आत्ता .पुरे तो मस्का .खूप काम पडली आहेत मला".अस म्हणत आईनं सिद्धीला बाजूला केलं.

"काय अग आई ". गाल फुगवून सिद्धी आईला म्हणाली .

"जा आत्ता अर्जुन वाट बघत बसेल .परत आल्यावर रुसुन बस."अस बोलून आई आणि सिद्धी हसू लागल्या .

खरेदी करण्यात असा वेळ गेला हे सिद्धी आणि अर्जुन ला समजलं नाही .संध्याकाळ ची वेळ झाली होती . त्यामुळे बाजारात तशी लोकांची गर्दी होती .

" अर्जुन बघ माझं तर आत्ता सगळं काही घेऊन झालं आहे .आत्ता काहीतरी खाऊन घेऊया .परत काय माहीत कधी अशी वेळ येईल ते ?". सिद्धी हळुवार पणे म्हणाली.

"हो चल जाऊया ".अस म्हणत सिद्धी आणि अर्जुन चालू लागले.चालता चालता अर्जुन ची पाऊले अचानक थांबली.

"काय झालं रे असा अचानक का थांबलास?".

"अग ते माझं थोडं सामान घ्यायचं राहील .तू इथेच थांब त्या दुकानातून सामान घेऊन मी लगेच येतो".अस म्हणून अर्जुन एका दुकानात शिरला.

सिद्धी अर्जुन कडे पाहून उगाच हसत होती . तिथेच थांबून अर्जुन ची वाट बघत होती . नवीन प्रवासाच्या स्वप्नांची मिनारे ती उभारत होती .तोच तिची नजर समोरच्या एका वक्तीवरती पडली.ज्याची भेट होईल याची सिद्धीन कधी कल्पना ही केली नव्हती.

तो निलेश च होता .त्याला पाहताच सगळा भूतकाळ जशास तसा सिद्धीच्या डोळ्यासमोर आला. माणसाचा भूतकाळ चांगला असो व वाईट ते माणसाचं चित्त विचलित करतच.आधी अचानक निलेश ला पाहून ती खूप घाबरली .नंतर आपोआप तिचे डोळे पाणावले. निलेश ला पाहून कस व्यक्त व्हावं हे सिद्धीला समजत नव्हतं. निलेश खूप बदलला होता. शरीरयष्टी ने बारीक झाला होता. चेहरा ही वेगळा दिसत होता.अर्थात सिगारेट आणि दारू पिण्याचा परिणाम होत. निलेश सिद्धीच्या जवळ आला.तिच्याशी बोलण्याचा प्रयत्न करू लागला.

"कशी आहेस तू?". निलेश सिद्धी कडे पाहून म्हणाला.सिद्धी काहीच उत्तर देत नाही हे लक्षात आल्यानंतर निलेश ने सिद्धीला पुन्हा विचारलं.

"सिद्धी कशी आहेस ग तू?".

"अं ठीक आहे मी ."सिद्धीन हळू आवाजात निलेश लस उत्तर दिलं.

"आणि काका काकू , वेद, साक्षी ते सगळे कसे आहेत?."

"हा ते पण ठीक आहेत".

"बरं तू तर काही विचारणार नाहीस म्हणून मीच सांगतो दादा कडे आलो होतो .घराजवळच्या रस्त्यावर अचानक तू दिसली . तेव्हापासून मग तुझा पाठलाग करत आहे . तू जिथे जिथे जात होतीस तिथे तिथे तुझ्या मागे होतो. पण तो तुझ्यासोबत होता म्हणून तुला भेटायला आलो नाही."

"तू माझा पाठलाग करत होतास "अस म्हणत सिद्धी अर्जुन ला हाक मारणार तोच निलेश म्हणाला.

"त्याला बोलवायची काहीही गरज नाही.घाबरू नकोस मी काही करणार नाही तुला.मला तुझ्याशी बोलयच आहे .ते ही एकटीशीच.मग काय करतेस सध्या ?".

सिद्धी निलेशच्या प्रश्नाचं उत्तर न देता त्याच्याकडे रागाने बघू लागली.

"सिद्धी तू बोलणारच नाही का माझ्याशी?".

"मग तूला काय अपेक्षित आहे माझ्याकडून?.एवढं सगळं काही घडून गेल्यानंतर मी काहीच न घडल्यासारखं तुझ्याशी बोलावं. तू नेहमीच मला गृहीत धरत आला आहेस.आणि आत्ता ही तू हेच करतोयस."सिद्धी रागाने निलेश कडे पाहून म्हणाली.

"बरोबर आहे तुझं .आयुष्यात वेळोवेळी माती खाणाऱ्यासोबत तू का बोलशील?पण आज तुला खर सांगतो.गावाला असताना आणि मुंबईला असताना ही खूप मुलींबरोबर फिरलो.तेव्हाही जेव्हा आपण दोघे एकत्र होतो.पण जेव्हा आपण आपल्या नात्यात पुढे जाऊ लागलो तेव्हा मी तुझ्याशी एकनिष्ठ राहण्याचा खूप प्रयत्न केला.मी खूप मुलींचा स्वभाव पहिला. पण तू त्या सगळ्यांपेक्षा वेगळी आहेस. माझ्या मुळेच मी तुला गमावलं . तसही मी तुझ्या लायक नाहीच. तू मला सोडून गेल्यानंतर मला खूप दुःख झालं . खूप त्रास ही झाला. पण त्याहून जास्त मला माझाच राग आला होता. त्यावेळेस मी तुला जाऊ दिल माझ्यापासून खूप दूर.पण तुझ्यामुळे एक गोष्ट माझ्या लक्षात आली आहे.पुढे जाऊन

माझ्या आयुष्यत कोणी मुलगी आलीच तर मी आधी तिच्याशी मैत्री करेन.अगदी तशीच मैत्री जशी त्याच्यात आणि तुझ्यात होती. आपल्या नात्यात सगळं काही होत पण मैत्री नव्हती . कदाचित म्हणूनच मला तुला कधी समजून घेता आल नाही. असो भूतकाळ काही आत्ता मी बदलू शकत नाही .पण भविष्यात नक्कीच बदल करू शकेन.निलेश नावाशी तुझा संबंध इथपर्यंत च होता.इथून पुढे मी तुला कधी भेटणार नाही .तुझ्यासारखच आत्ता मलाही आनंदी राहायचं आहे." एवढं बोलून निलेश तिथून निघून गेला.

सिद्धी अवाक होऊन निलेश कडे पाहत होती. तेवढयात तिथे अर्जुन आला.

"सिद्धी तो निलेश होता का ग ? आणि तुझ्या डोळ्यांत पाणी ? सिद्धी काय म्हणाला तो तुला ? थांब सरळ त्याला च जाऊन विचारतो."अस म्हणून अर्जुन निलेश च्या मागे जाणार तोच सिद्धीने अर्जुन चा हात पकडला.

" आता त्याची काही गरज नाही. निलेश चा विषय इथेच संपला."

"म्हणजे".अर्जुन बुचकळ्यात पडला.

"ते तुला सांगते नंतर .तो आपला आयुष्यात पुन्हा कधीही येणार नाही." एक मोठा श्वास घेत सिद्धी अर्जुन ला म्हणाली.

सिद्धी आणि अर्जुन गर्दीमधून वाट शोधत जाणाऱ्या निलेश च्या दूरवर जाणाऱ्या पाठमोऱ्या आकृतीकडे बघत राहीले.

30

लंडनला जाऊन जवळपास चार महीने झाले होते.लंडनच्या वातावरणात सिद्धी चांगलीच रमली होती. पण सुरुवातीचे दिवस तिच्यासाठी खूप कष्टदायक होते.पण काही दिवसांनी लंडनच्या रस्त्यावरून फिरताना सिद्धी त्यांच्या पैकीच एक वाटत होती.लंडन मध्ये सिद्धीने बऱ्याच लोकांशी मैत्री केली. त्यांच्याशी सिद्धीचं बोलणं ही व्हायचं पण ते इंग्रजी भाषेत. पण ते बोलणं औपचारिक वाटायचं परदेशी भाषेत कुठून येणार मायेचा ओलावा.मातृभाषेत व्यक्त केलेल्या भावना समोरच्या हृदयावर सहजतेने ताबा मिळवतात.

एकमेकांपासून दूर राहून प्रेम टिकवणं खूप अवघड आहे. मनात उसळणाऱ्या भावनांना रोखणं तर त्याहून अवघड .सगळं काही तर आपल्या जवळ असत . तरी मनाचा एक कोपरा रिकामाच असतो. कितीतरी वेळा सिद्धीला वाटायचं. विमान पकडून सरळ दिल्लीला जावं आणि अर्जुनच्या कुशीत बंदीस्त व्हावं.पण ते शक्य नव्हतं. प्रेमासाठी जसा वेळ द्यावा लागतो तसच प्रेम पूर्णत्वास जाण्यासाठी ,प्रेमाच्या भविष्यासाठी वेळ देण ही तितकंच महत्वाचं असत .

सिद्धीला हे सगळं काही समजत होत .फक्त थोडेच दिवस हा दुरावा सहन करायचा आहे असं म्हणून ती स्वतःच्या मनाला सावरत होती .

31

असेचं दिवस जात होते. अर्जुनने संघ लोकसेवा आयोगाच्या अंतर्गत असलेली पूर्व परिक्षा दिली . त्याच्यासोबत लाखोंच्या संख्येने विद्यार्थी परीक्षेला बसले होते. पूर्व परीक्षेच्या निकालाची अर्जुन आणि सिद्धी दोघेही वाट बघत बसले होते.

वाट बघणं ही प्रक्रिया च किती त्रासदायक आहे.त्यात मग एखाद्याच्या होकाराची वाट बघणं असो की मग बेरोजगार तरूणाने नोकरीची वाट बघण असो , नाहीतर मग आयसीयू मधून ऑपरेशन करून डॉक्टर कधी बाहेर येतात याची वाट बघण असो. प्रसंग जरी वेगवेगळे असले तरी प्रत्येकाच्या हृदयाची होणारी धडधड सारखीच ऐकू येई. अगदी अशीच धडधड अर्जुन अनुभवत होता .

अखेर पूर्व परीक्षेच्या निकालाचा दिवस उजाडला .दुर्दैवाने निकाल अर्जुन च्या विरोधात लागला .अर्जुन पूर्व परीक्षा पास करण्यास असक्षम ठरला .लंडन वरून सिद्धीनेही अर्जुन चा निकाल पहिला.निकाल पाहताच तिच्या डोळ्यांत पाणी आलं. सगळं काही संपलं. आत्ता काही ही होऊ शकणार अस तिला वाटत होतं. पण त्वरित तिच्या लक्षात आलं.तिला अस खचून नाही चालणार .तीच जर खचली तर अर्जुनच कस होईल ?. सिद्धीला अर्जुन ची काळजी वाटू लागली.

पाच सहा च्या सुमारास निकाल लागला होता . रात्रीच्या आकरा वाजल्या होत्या .इतक्या वेळात सिद्धीने अर्जुनला बऱ्याचदा फोन केला . पण अर्जुनने सिद्धीचा एकही फोन घेतला नाही. सिद्धी अर्जुनला समजून घेण्याचा पुरेपूर प्रयत्न करत होती. तिला अर्जुन शी बोलायचं

होत .पण अर्जुन काही फ़ोन च उचलत नव्हता . जेवढा आनंद यश मिळाल्यानंतर होतो त्याहून कैकपटीने अपयश माणसाच्या मनाला सलत .निकाल समजल्यापासून अर्जुन बंद दरवाज्याआड खूप रडला .अपेक्षेप्रमाणे जेव्हा काही गोष्टी घडत नाहीत तेव्हा हार जीत च्या परिणामाहून आपणच कुठे तरी कमी पडलो ही गोष्ट काळजावर घाव करून जाते . आणि त्याचा व्रण कर्तृत्व क्षमतेवर प्रश्न निर्माण करून जातो. पण जो माणूस या गोष्टींना पुरून उरतो , जो व्यक्ती परिस्थिती बदलण्यासाठी पुन्हा धडपडतो तोच इतिहास निर्माण निर्माण करतो . अर्जुन ही त्यांच्यातील एक होता . अपयश आलं म्हणून त्याला कवटाळून न बसता ,निराश न होता अर्जुन ने पुन्हा नव्याने सगळ्याला सुरुवात करायच अस ठरवलं .

स्वतःची समजूत काढल्यानंतर अर्जुन ने सिद्धीला फोन केला . अर्जुन च्या फोन च्या पहिल्या रिंग मधेच सिद्धीने फोन घेतला .

"अर्जुन कळत का तुला काही माझा फोन का घेत नव्हतास किती टेन्शन आलं होतं मला माहितेय का तुला ? इथून पुढे काहीही होऊ देत इथून पुढे जेव्हा जेव्हा मी तुला फोन करेन तेव्हा तेव्हा तू माझा फोन घेयचा समजलं ."अस म्हणत सिद्धीने मोठा श्वास घेतला .

"सिद्धी माझं खरंच चुकलं .सॉरी मी तुझा फोन उचलायला हवा होता .माझ्यामुळे उगाच तुला एवढा त्रास झाला ."

अर्जुन चा आवाज ऐकताच सिद्धीच्या डोळ्यातून अश्रू अनावर झाले . सिद्धीला अस काहीं अर्जुन ला बोलायचं नव्हतं . पण अर्जुन च्या काळजीने सिद्धी तिच्याही नकळत अर्जुनला बोलून गेली .

"सॉरी अर्जुन ते तू फोन उचलला नाही म्हणून मला तुझी काळजी वाटत होती . बरा आहेस ना तू ? ".हुंदका देत सिद्धी अर्जुन ला म्हणाली .

"सिद्धी अग मी ठीक आहे .पण मला अस का वाटतंय की तूच बरी नाहीस म्हणून ?.सिद्धी निकाल पाहिल्यावर मला खूप त्रास झाला पण आत्ता मी बरा आहे.माझी काळजी करू नकोस . पहिलाच प्रयत्न होता .होत अस कधी कधी. पुढच्या वर्षी होईन मी पास .ती काळजी करु नकोस ." अर्जुन च्या बोलण्यामुळे सिद्धी चकित झाली.आत्ता समजवण्याची

गरज अर्जुन ला होती.पण इथे अर्जुन च सिद्धीला समजावत होता . सिद्धी अर्जुन ला नव्याने ओळखू लागली होती .

अर्जुन नव्याने परिक्षेच्या तयारीला लागला .येणार प्रत्येक अनुभव मग तो चांगला असो व वाईट अनुभव अर्जुनला कणखर बनवत होता .हे पाहून सिद्धीला खूप समाधान वाटायाच. जे काही घडून गेलं त्याचा विचार करण्याहून पुढं काय करायचं याचा विचार सातत्यपूर्ण केला पाहिजे .

पुढे काही दिवसांनी एका चांगल्या बातमीने सिद्धीच्या कानांना धडक दिली . अभिनव आणि संजना च लग्न ठरलं . ज्या व्यक्तीवर आपण प्रेम करतो त्याच्याशीच लग्नगाठ बांधली जाण ही केवढी भाग्याची गोष्ट आहे . सिद्धी अभिनव व संजना साठी खूप खुश होती . सिद्धी अभिनव आणि संजना मध्ये तिला आणि अर्जुन ला पाहत होती .

बातमी ऐकताच स्वविस्तर जाणून घेण्यासाठी संजना फोन केला . तेव्हा नेमकं काय ते सिद्धीला समजलं .

संजना सांगत होती की जेव्हा तिच्या घरच्यांना अभिनव आणि तिच्या नात्याबद्दल समजलं होत तेव्हा ही बाब कोणालाच आवडली नाही. पण संजना एकुलती एक असल्यामुळे तिच्या हट्टापुढे सगळे नमले आणि संजना आणि अभिनव च्या नात्याला सगळ्यांनी संमती दिली. पण जेव्हा हीच बाब अभिनव च्या घरी समजली तेव्हा त्यांनी अभिनव आणि संजना च्या नात्याला नकार दिला . खूप रुसवे फुगवे तिला आणि अभिनव ला सहन करावे लागले .खूप दिवस अभिनव च्या घरच्यांना समजावं लागलं. तेव्हा कुठे त्यांचा नकार होकारात बदलला .

तो महिना नोव्हेंबर चा होता .दहा नोव्हेंबर संजना आणि अभिनवच्या लग्न चा दिवस ठरला .सिद्धी लग्नाच्या पाच दिवस आधीच लंडन वरून मुंबईत आली .ग्रुपमधील सगळे जण संजना आणि अभिनव च्या लग्नासाठी येणार होते फक्त अर्जुन ला येण शक्य नव्हतं .एक दिवस ही अभ्यास न करता घालवणं त्याला परवडण्यासारख नव्हतं .स्वप्न भंगाच दुःख त्याला पुन्हा अनुभवायचं नव्हतं .

"आई यातले कोणते कपडे घेऊन जाऊ संजनाच्या लग्नासाठी ?" सिद्धी कपाटातील सगळे कपडे भोवती घेऊन बसली होती . त्यातून कोणते कपडे संजना च्या लग्नासाठी घेऊन जावेत या विचाराने सिद्धी गोंधळात पडली होती .

"तुला आवडेल तो घेऊन जा .सगळे कपडे तुला चांगले दिसतात ." अस म्हणत आई सिद्धीचा फोन घेऊन हॉलमध्ये बसली .सिद्धीचे लंडन मधील फोटो बघत आई निवांत बसली होती . तोच सिद्धीच्या फोन वरती अर्जुन चा एक ऑडियो मेसेज येतो . अर्जुनचाच मेसेज आहे म्हणून आई तो मेसेज ऐकते. आईचा तिच्या कानांवर विश्वासच बसत नव्हता. अर्जुन चा ऑडियो मेसेज काहीसा असा होता .

"सिद्धी आज माझ्या टेस्ट सिरीज चा निकाल आला.आतापर्यंत आजचा स्कोर सर्वात चांगला होता .क्लास चे सर ही माझ्यावर खूप खुश आहेत .म्हणाले की मागच्या वर्षी नाहीस झाला पण या वर्षी नक्की पास होशील .आत्ता माझा आत्मविश्वास ही दहा पट्टीने वाढलाय .आणि विशेष म्हणजे मला ही माझ्यात झालेला बदल जाणवत आहे.

माझी उत्तरं लिहण्याची पद्धत बदलली आहे.आत्ता मला नेमकं काय लिहावं ?आपले विचार समोरच्या व्यक्तीला कसे प्रभावित हे देखील मी शिकलोय आत्ता . अधिकारी होण्यासाठी मी मनापासून प्रयत्न करतोय ,कष्ट करतोय . सिद्धी आपलं स्वप्न लवकरच पूर्ण होईल .आत्ता मला फक्त आणखी थोडा वेळ हवाय .म्हणजे मी तुझा हात तुझ्या घरी मागेन तेव्हा आपल्याला कोणाही ही नकार देणार नाही .आणि मला माफ कर मला माहितेय की मी तुला जास्त वेळ नाही देत .पण तरीही या बाबतीत तू मला समजवून घेतेस.कधीही कोणतीही तक्रार करत नाहीस .त्यामुळे मी माझ्या अभ्यासावर लक्ष केंद्रित करू शकतो . थंक यु सिद्धी मला नेहमी समजून घेत आलीस त्यासाठी . बर निघतो मी आत्ता .ग्रंथालयाध्ये जायचं आहे .बोलू नंतर बाय ". अर्जुन हे बोलणं ऐकून आईला सुचनास झालं.

आई रूम मध्ये आली . आईला पाहताच सिद्धीन एक ड्रेस आईसमोर धरला आणि बोलू लागली .

"आई हा ड्रेस मी संजनाच्या हळदीत घालू का ?कसा दिसेल मला ?".

"सिद्धी ते सगळं बाजूला ठेव आणि मला एक प्रश्नाचं उत्तर दे".आई रागात म्हणाली .

"काय ग आई ?".सिद्धीन आईचा चिडलेला चेहरा पहिलाच नव्हता .अगदी सहजतेने सिद्धीने आईला विचारलं .

"तुझं आणि अर्जुन च काय सुरू आहे ?".वीज जशी कडकडावी तसा आईने सिद्धीला प्रश्न केला . फॅन सुरू असतानाही आईच्या एका प्रश्नावर सिद्धीला घाम फुटला होता .

"हं आई म्हणजे ?तुला नक्की काय म्हणायचं आहे ?".

"तुला समजत नाही मला काय म्हणायचं आहे ते ?हे बघ अर्जुन चा ऑडियो मेसेज आला आहे .तू याचा नीट अर्थ सांगतेस मला ."अस म्हणत आईने अर्जुन चा ऑडियो मेसेज सुरू केला .

अर्जुनाचा मेसेज ऐकून सिद्धीच्या डोळ्यांत पाणी आलं.अर्जुन खूप दिवसांनी खुश होता . त्यातच समोर आई उभी होती . सिद्धीला माहीत होतं की तिला कधी न कधी अश्या प्रसंगांना समोर जावं लागणारच होत.सिद्धीन मोठ्या हिंमतीने डोळे पुसले आणि आईच्या प्रश्नांना समोर जाण्यासाठी सज्ज झाली .

"किती वर्षांपासून सुरू आहे हे सगळं ?".अर्जुन चा मेसेज संपल्यानंतर आईनं सिद्धीला विचारलं .

"दोन तीन वर्षांपासून आम्ही सोबत आहोत ?".सिद्धीन धीटपणे आणि खरं उत्तर दिलं .

"तीन वर्षांपासून तू आम्हाला फसवत आहेस ?तुला काहीच कसं वाटत नाही ग सिद्धी ?आम्ही तुला मोकळीक दिली त्याचा तू असा वापर केलास? .ते काही नाही मी आत्ताच तुझ्या बाबांना फोन करते आणि सगळं खरं सांगून टाकते. तुझ्या लग्नाचंही आत्ता लवकर बघायला लागणार ." अस म्हणत आई बाबांना फोन करणार इतक्यात सिद्धीने आईला पाठीमागून मिठी मारली .

वाट हरवलेल लेकरू जेव्हा थकून भागून घरी येत तेव्हा ते ज्या मायेनं ,प्रेमानं आईला मिठी मारत .ही मिठी ही अगदी तशीच काहीशी होती .

"आई आम्ही काहीही चुकीचं केलं नाही.माझं एकदा ऐकून तरी घे आई .अर्जुन चांगला मुलगा आहे हे तर तुला ही माहीत आहे. पण तुला हे माहीत नाही की अर्जुन माझ्यासाठी आय ए एस होण्याचं स्वप्न पाहिले आहे.कारण त्याला माझ्या लायक बनायचं आहे. त्यासाठी तो एवढ कष्ट घेतोय.चांगली नोकरी होती त्याला .पगारही ही चांगला होता.पण माझं शिक्षण त्याच्यापेक्षा जास्त आहे .त्याच्या कमी शिक्षणामुळे तुम्ही तयार झाला नसता .म्हणून तो हे सगळं करतोय .आई अर्जुन खूप प्रयत्न करतोय ग .तू ही ऐकलस ना आत्ता .फक्त तो यशस्वी होईपर्यंत वाट पहा ना.प्लिज आई ."अस म्हणत सिद्धीने आईला आणखी घट्ट मिठी मारली .

आईने सिद्धीचा हात बाजूला केला .सिद्धीला नजरेसमोर उभं केलं .

"सिद्धी आतपर्यंत तुला जे हवं होत ते ते सगळं काही तुला दिल. सगळ्यांच गोष्टी आम्ही तुझ्या कलांन करत आलो . तुझं हे प्रकरण तुझ्या बाबांना समजलं तर तू त्यांना काय उत्तर देणार आहेस ? अग त्यांच्या पायाखालची जमीनच सरकेल ग .अस म्हणत आई रडू लागली .

"आई तू नको इतका त्रास करून घेऊस .मी तुझं आणि बाबांचं नाव खराब होईल असं काहीही वागलेली नाही .आणि कधी तसं वागणार ही नाही .अर्जुन चांगला मुलगा आहे ग . तो मला खुश ठेवेल .तुझ्या आणि बाबा नंतर तोच एक आहे जो मला समजून घेतो .आई बोल ना काहीतरी ".

विचारांच्या डोहात हरवलेली आई सिद्धीच्या हुंदक्याने भानावर आली .डोळे पुसत निर्णय सांगण्यासाठी आईच्या चेहऱ्यावरील भाव बदलले गेले. सिद्धीच्या ह्रदयाचे ठोके वाढत होते .

" अर्जुन लहान असल्या पासून मी त्याला पाहतेय . अल्लड होता तो पण आत्ता जवाबदार झाला आहे . वागायला आणि बोलयला ही तो चांगला आहे .सिद्धी तुझ्यासाठी नाही पण मला अर्जुनसाठी या बाबतीत विचार करायचा आहे .मला माहीत नाही की तुझी आई म्हणून मी तुझ्यासाठी घेतलेला निर्णय चुकीचा आहे की बरोबर . पण त्या

मुलासाठी मी त्याला एक संधी देणार आहे . एक संधी त्याच्या प्रयत्नांसाठी. जस तू म्हणालीस की हे सगळं तो तुझ्यासाठी करत आहे.मग मी तुझ्या सुखाच्या आड येणार नाही .हा पण एवढं नक्की की या संधीच त्यानं सोन नाही केलं तट तुला पुन्हा संधी मिळणार नाही .ही तुमच्यासाठी शेवटची संधी असेल. त्यानंतर तुला आम्ही ज्या मुलाशी सांगू त्याच्याशीच लग्न करावं लागेलं. हे सगळं जर तुला मान्य असेल तर यातलं मी बाबांना सांगणार नाही ."

"आई मला सगळं काही मान्य आहे.अर्जुन तू दिलेली संधी वाया घालवणार नाही .माझा विश्वास आहे त्याच्यावर .थंक यु आई ".अस म्हणत सिद्धी पुन्हा आईच्या कुशीत शिरली .कडाक्याच्या उन्हात जसा सावलीचा आधार मिळतो तसं काहीसं सिद्धीला वाटतं होत .

"बस कर आत्ता रडायचं बानी हे सगळं आवरून घे .नाहीतर उद्या सोलापूर जाताना घाई करशील ".सिद्धीच्या पाठीवरून हात फिरवत आई सिद्धीला शांत करत होती.

संध्याकाळी सिद्धीन घडलेला सगळा प्रकार अर्जुन च्या कानावर घातला .सिद्धीच्या आईचा त्यांच्या नात्याला पाठिंबा मिळाला हे ऐकून अर्जुनला ही खूप आनंद झाला .पण तेव्हाच त्याला हे ही जाणवलं की त्याच्यावर अपेक्षांचं ओझं ही वाढत होत .

अपेक्षा बघायला गेल्या तर चांगल्या नाहीतर वाईट .अपेक्षा पूर्ती झाली की मनात हजारो फुलपाखरे भिरभिरतील आणि तेच जर एखाद्याच्या अपेक्षा पूर्ण नाही करू शकलो तर त्याच मनाच्या कोपऱ्यात नाकर्तेपण येऊन विसावते .आत्ता सर्वांच्या अपेक्षा समोर ठेवून अर्जुन ला तयारी करायची होती .

32

आठ ते नऊ तासांचा प्रवास करून सिद्धी सोलापूर ला पोहचली .गावापासून दूर वस्तीवरती संजनाच घर होत. अक्षता , अनघा , प्रणाली , कादंबरी सगळ्या आधीच सिद्धीच्या घरी पोचल्या होत्या .खूप दिवसांनी सिद्धी सगळ्यांना भेटत होती . तिने सगळ्यांची गळाभेट घेतली .सगळ्या एकसाथ आल्या की गोंगाट झालाच म्हणून समजा . त्यात आधीच लग्न सराई मुळे घरात लगबग होती .त्यात मुलींचा गोंधळ . संजनाच्या आईने सगळ्यांना गच्चीवरच्या खोलीत जायला सांगितलं . वरून तिथेच तुम्ही तुमचा तळ ठोका अस ही बजावलं .सगळ्यांनी गच्ची वरची खोली गाठली . तिथे सिद्धी ला समजलं की दिव्यम ,केशव , रोनीत ,विरेंद्र हे सगळे लग्नादिवशीच येणार आहेत म्हणून. संजना आणि अभिनवच्या लग्नाचा आनंद घ्यायला फक्त अर्जुन नसणार याची खंत सिद्धीला वाटत होती .

संध्याकाळी संजनाच्या मेहंदीचा कार्यक्रम खूप छान झाला . सगळे खूप खुश होते . संजना तर सातव्या आसमानावर होती. ज्याच्यावर प्रेम होतं त्याच्याशीच लग्नगाठ बांधली जाण ही खूप भाग्याची गोष्ट आहे . गच्ची वरतीच सगळ्यांच अंथरून टाकलं होतं .रात्री उशिरा पर्यंत त्यांच्या गप्पा रंगल्या .अन चांदरातीच्या प्रकाशात सगळ्या निजून गेल्या.

साखरपुडा, लग्न हे सगळं संजनाच्या घरासमोरील अंगणातच होणार होत . साखरपुड्याचा मुहूर्त दहा चा होता . अभिनव गुलाबी रंगाच्या शेरवाणीत शोभून दिसते होता . त्याची नजर संजना ला शोधत

आहे हे जेव्हा सर्व मुलींच्या लक्षात आलं तेव्हा सगळ्यांनी अभिनव ला "जीजू काय शोभाताय?" , "संजनाला बोलवू का ? ","अहो जीजू एवढा उतावळेपणा बरा नव्हे ".अस बोलून सगळे त्याला चिडवू लागले . लग्न मंडपात बऱ्याच पाहुण्या मंडळींनी उपस्थिती दर्शवली होती .अभिनव पुढील कार्यक्रमांसाठी आत जाणार तोच दिव्यम ,रोनीत , विरेंद्र , केशव यांचा ताफा ले जायेंगे ,ले जायेंगे दिल वाले ले जायेंगे."अस करत हाजीर झाला . गाडीतून उतरल्या उतरल्या सगळ्यांनी नवरदेवाला अलिंगन दिल .एक आणि अनेक बोलून अभिनव ला चिडवू लागले .मुहूर्त वेळ जवळ आली आहे हे ब्राह्मनाचे बोल ऐकताच सगळेजण घाई करू लागले .

साखरपुडा लवकरच आटोपला . आणि तितक्याच घाईने हळद ही उरकून घेतली . नवरदेव नवरी लग्नासाठी तयार होत होते . मंडपात सगळी मुलं मुली बसली होती . तेव्हा रोनीत ने सिद्धी ला प्रश्न केला .

"सिद्धी अर्जुन चा अभ्यास कसा सुरू आहे ?."

"हा छान सुरू आहे .म्हणत होता की क्लास चे सर ही त्याच्यावर खुश आहेत ."

"अर्जुन आज इथे असायला हवा होता ." विरेंद्र म्हणाला .

"हो पण अभ्यास सोडून त्याला नाही येता येत . "अस म्हणत सिद्धीने मोठा श्वास घेतला .

तेवढ्यात ब्राह्मनाणे वधू वराला लग्नमंडपात घेऊन यायला सांगितलं .

संजना आणि अभिनव एकमेकांसमोर उभे राहिले .त्यांच्या मध्ये अंतरपाट धरला गेला .दोघेही सज्ज होते .एकमेकांच्या आयुष्याचा साथीदार होण्यासाठी . अभिनव आणि संजना मध्ये सिद्धी तिला आणि अर्जुन ला पाहत होती .हे स्वप्न लवकर पूर्ण व्हावं म्हणून देवाकडे प्रार्थना करत होती .तोच शुभमंगल सावधान असे सूर तिच्या कानावर पडले . तशी सिद्धी भानावर आली . वधू वरच्या डोक्यावर अक्षदा पडल्या ,दोघांनी एकमेकांना हार घातले . तर लग्न पार पडल्याची शुभवार्ता फटाक्यांनी गावभर पोहचवली . मंडपात जेवणासाठी पंगती बसल्या . लग्न आनंदाने पार पडलं.

लग्न केलेल्या नव्या जोडप्याला सगळे शुभेच्छ्या देऊ लागले . सगळ्यांनी संजना आणि अभिनव सोबत फोटो काढले .अखेर संजनाच्या पाठवणी ची वेळ झाली . आईवडिलांच्या कुशीत हुंदके देत सिद्धी रडत होती .मुली वर कितीही प्रेम असलं तरी तिची पाठवणी करणं हा निसर्गाचा नियमच आहे. शेवटी सर्वांनी संजनाची अभिनव सोबत पाठवणी करून दिली .

33

त्या दिवशी रविवार होता .सोलापूर वरून परत यायला सिद्धीला उशीर झाला होता .म्हणून ती सकाळी उशिरा उठली .घरात आईची आवराआवर चालु होती . आईनं घर चकचकीत केलं होतं . साक्षी ही उरल सुरलेलं काम करत होती .

" आई घरी कोणी पाहुणे येणार आहेत का ?".घरात होणारी आवराआवर पाहून सिद्धीन आईला प्रश्न केला .

"हो अग ते बाबांचे मित्र आहेत ना डॉ .देशमुख ते येणार आहेत ".

"कशाला? म्हणजे काही काम आहे का त्यांचं ?".

"तुला सांगायच च राहून गेलं बघ .अग ते तुलाच भेटायला येणार आहेत".

"मला?आणि हे अस अचानक का ?".

" अचानक नाही ग .त्यांना बऱ्याच दिवसापासून तुला भेटायचं होत .त्यांना फार कौतुक आहे तुला . तू एम.एस.सी (मास्टर्स ऑफ सर्जरी) करतेस ना . तुझे बाबा बोलता बोलता त्यांना बोलून गेले की सिद्धी घरी आली आहे .मग तेव्हा ते म्हणाले की त्यांना तुला भेटायचं आहे .काही नाही चांगले मोठे डॉक्टर आहेत ते . त्यांचं मोठं हॉस्पिटल आहे . तुला त्यांच्याकडून खूप काही शिकायला मिळेल ."

"पण आई ".

आत्ता पण वगैरे काही नको .त्यांच्या सोबत त्यांच्या मिसेस आणि मुलगा ही येणार आहे. फक्त शांत आणि नीट बोलयच झालं मग .बर जा तू आवरून घे.बाबा सामान आणायला म्हणून बाहेर गेले आहेत ते

आलें की आपण स्वयंपाकाला लागू ".अस म्हणून आई बाकीच काम करू लागली.

एक बाराच्या सुमारास डॉ.देशमुख ,त्यांच्या मिसेस आणि त्यांचा मुलगा आला . कुंभार कुटुंबीयांनी त्यांचं आदरातिथ्य केलं .बऱ्याच वेळ गप्पा रंगल्या. डॉ . देशमुख अगदी मोकळ्या मनाचे . लंडन कसं आहे ?तिथली कामे कशी होतात ?तिथलं खानपान काय ?असे अनेक प्रश्न ते सिद्धीला विचारत होते .

"तुमच्या गप्पा जरा थांबवा आणि जेवायला बसा ".अस म्हणत आईने सर्वांसाठी ताट बघायला घेतली . जेवणासाठी पंगत बसली . डॉ देशमुख पक्के खवय्ये होते म्हणून त्यांच्यासाठी मांसाहार चा बेत होता .

"वहिनी जेवण मस्त झालं आहे .आणि रस्सा तर एकच नंबर ". एका खवय्याला शोभेल अस डॉ. देशमुखांनी जेवनाचं कौतुक केलं . त्यात मिसेस देशमुखांनी आणि त्यांच्या मुलाने म्हणजे स्वरूप ने संमती दर्शवली .

सगळ्यांची जेवणं आटपली . सगळे एकत्र बसले असताना डॉ. देशमुखांनी मोठी ढेकर दिली . त्यांची ढेकर ऐकून वेद ला खूप हसू आलं . मग काय त्याच हसणं पाहून सगळे जण हसू लागले . थोड्या वेलनाइ वातावरण मूळ पदावर आलं . तेव्हा कोणाच्याही मनात नसताना डॉ.देशमुखांनी अनपेक्षित अश्या मुद्याला हात घातला .

"विश्वासा तुला एक सांगू का ? म्हणजे हे बघ मी उभा बाबतीत आधी काही विचार केला नव्हता पण मला आता अस वाटतय की सिद्धीन आमच्या घरची सुन करावी ."

सगळे जण डॉ.देशमुखांकडे आश्चर्याने पाहू लागले .सिद्धीच्या वडिलांना तर क्षणभर तर काही सुचलच नाही .ते सिद्धीसाठी स्थळ शोधत होते .पण मागच्या दीड दोन वर्षांत सगळं शांत होत . तेव्हापासून कोणीही सिद्धीच्या लग्नाविषयी बोललं नाही.सिद्धी च्या गोष्टींपासून दूर पळत होती .त्या गोष्टी कुठून तरी मार्ग काढून तिच्यासमोर येत होत्या . समोरच बसलेल्या आईकडे तिने खुप आशेने पाहिल. सिद्धीला काय सांगायचं असेल ते आईलाही अचूक समजलं .

"माझी सिद्धी तुझ्या घरची सून?". सिद्धीचे बाबा आश्चर्यने उदगारले.

" काय हरकत आहे .तुला तर स्वरूप बद्दल तर सगळं काही माहीत आहे. एम् बी बी एस केलं आहे त्यानं .शिवाय हृदय रोग तज्ञ ही आहे .हॉस्पिटल चा कारभार पुढें जावून त्याच्याच खांद्यावर पडणार आहे . शिवाय सिद्धी ही डॉक्टर आहे. हे दोघे मिळून सगळं सुरळीत निभावतील. याची मला खात्री आहे." डॉ.देशमुख खूप उत्साहाने म्हणाले .

" अरे हो तुझं म्हणणं बरोबर आहे पण ".

"विश्वासा आत्ता पण कशाला ?काही शंका आहे का तुला?."

"भावजी अहो शंका कसली ह्यात .स्वरूप हुशार आणि देखनाही आहे.यांच्याकडून बऱ्याचदा स्वरूप च्या कामाबद्दल आणि स्वभावबद्दल ऐकलं आहे .खरंतर इतक्यात आम्हाला सिद्धीची पाठवणी नाही करायची .आणि ती लग्नासाठी सध्या तयार ही नाही ." आईनं अस बोलताच सिद्धीचं बरचसं टेन्शन कमी झालं.

" असा मामला आहे तर .पण खरं सांगू का वहिनी मला खूप आवडल असत सिद्धी जर आमच्या घरातील सदस्य झाली असती तर .पण असो काही हरकत नाही .मला आनंद आहे तुम्ही सिद्धीच्या मताचा एवढा विचार करता ते ."

सिद्धीन डॉ.देशमुखांकडे पाहून एक स्मितहास्य केलं .

"बरं वहिनी ,विश्वास येतो आत्ता आम्ही ". अस म्हणत डॉ .देशमुख सोफ्यावरून उठले .

सिद्धीच्या आईने मिसेस देशमुखांना हळदी कुंकू लावलं .जाता जाता स्वरूप सिद्धीजवळ थांबला आणि म्हणाला .

"सॉरी आमच्यामुळे तुला त्रास झाला असेल तर ."

"त्रास काय त्यात उलट मीच तुमची माफी मागते ".सिद्धीच्या निरागसपणे मागितलेल्या माफीनाम्याच स्वरूप ला हसू आलं.

"ऑल द बेस्ट फॉर युवर फ्युचर "अस म्हणत हस्तनांदोलन करणयासाठी स्वरूप ने हात पुढे केला .

सिद्धीने ही थँक यु म्हणत त्याच्याशी हात मिळवला . अखेर देशमुख कुटुंबियांनी सगळ्यांचा निरोप घेतला .

संध्याकाळी बाबा जेव्हा सोफ्या वरती बसले होते .तेव्हा तिथे सिद्धी आली आणि बाबांच्या मांडीवर डोकं ठेवून डोळे बंद करून पडली . बाबा प्रेमाने तिच्या डोक्यावरून हात फिरवत म्हणाले ,

" सिद्धी बाळा आज जे काय घडलं त्याचा जास्त विचार करू नकोस .मला माहित नव्हतं की विवेक च्या मनात अस काही असेल . एक ना एक दिवस तुझं लग्न तर करून द्यायच आहेच . आपण तुझ्यासाठी छानसा राजकुमार शोधू या .पण तुझ्याच पसंतीचा बर का .जो तुला कायम आनंदात ठेवेल .तुझ्यावर प्रेम करेल .त्याच्या प्रेमामुळे तुला आमची उणिव भासणार नाही बर का ."

बाबांचं हे बोलून ऐकून सिद्धीच्या डोळ्यातून पाणी आलं .सिद्धी तिथेच बाबांच्या मांडीवर निजली .

34

बघता बघता आज सिद्धीला लंडन मध्ये दोन वर्षे पूर्ण झाली . या दोन वर्षात सिद्धीचं मास्टर्स ही पूर्ण झालं . सिद्धी आत्ता लँडन मधीलच एक हॉस्पिटलमध्ये काम करत होती . अर्जुन आणि तिला भेटून ही दोन वर्षे झाली होती . बाकी अर्जुन च्या आठवणीत सिद्धीन कित्येक रात्री जागवल्या होत्या .अर्जुन ची ही अवस्था काही वेगळी नव्हती . दोन वर्षे सिद्धी शिवाय तो ही कसा काय राहिला याच त्यालाही आश्चर्य वाटायचं .

त्या दिवशी सिद्धी हॉस्पिटलमध्ये एक पेशंटची फाईल बघत असताना तिला अर्जुन चा फोन आला . अचानक पणे आलेल्या अर्जुनच्या फोन ने सिद्धीला काळजीत पाडलं . कारण अर्जुन नेहमी सिद्धीला रात्री आठ ला फोन करायचा .

"अर्जुन या वेळी फोन केलास सगळं काही ठीक आहे ना?".

"तू माझा निकाल पाहिलास का ? "

" अरे देवा कामाच्या गडबडीत मी विसरले . कशी काय मी विसरू शकत ?.तुझा निकाल आपल्यासाठी किती महत्वाचा आहे . आय अँम सॉरी .लगेच बघते मी निकाल ."

" मी पास झालो सिद्धी ".

"काय ?"सिद्धी आनंदाने ओरडली ."अर्जुन तू खरंच पास झालास ?".

"हो सिद्धी मी पूर्व परीक्षेत पास झालो आहे ."

"व्वा अर्जुन खूप खूप अभिनंदन तुझं .आत्ता मुख्य आणि मग मुलाखत राहिली ना ?.मला माहितेय तू या सगळ्यात पास होशील

." अर्जुन पास झाल्याची बातमी ऐकल्यापासून क्षणभरही तिचा पाय जमिनीवर थिरकला नाही . अर्जुन शांत राहून सिद्धीला झालेला आनंद अनुभवत होता .

" अर्जुन तू आत्ता जर माझ्या समोर असता तर मी तुला कडकडुन मिठी मारली असती ".अशी इच्छा सिद्धीन अर्जुन समोर

व्यक्त केली . अर्जुन ला ही वाईट वाटलं . दोघांमध्ये एवढा दूरावा का अस विचार त्याला स्पर्श करून गेला .

पूर्व परीक्षा पास झाल्यापासुन अर्जुनच्या कष्टानं आणि त्याच्या नशिबानं त्याला अशी काही साथ दिली की पुढे जाऊन अर्जुन ने मुख्य आणि मुलाखत ही पास केली .सिद्धीचा आनंदापुढे आत्ता तिला आभाळ ही ठेंगण वाटत होतं.हळू हळू का होईना सिद्धीचं स्वप्न अस्तित्वात उतरत होत . अर्जुन कलेक्टर झाला .सगळीकडे अर्जुन च कौतुक होऊ लागलं .

अर्जुन मुंबईला परत आला. ठिकठिकाणी त्याचे सत्कार होऊ लागले . सिद्धीला अर्जुनचे होणारे सत्कार तिच्या डोळ्यांनी पहायचे होते . पण आणखी तीन वर्षे लंडन मध्ये राहन तिला भाग होत . काही दिवसांनी तर अर्जुनचा कार्यभार त्याच्या हाती आला.

"सिद्धी अर्जुन ने करून दाखवलं ग .कसा मुलगा होता तो आणि आत्ता काय झाला आहे .,माझा तर विश्वासच बसत नाही .प्रेमात खूप ताकत असते हे मला माहित होतं पण अर्जुन ने ते नव्याने सिद्धी करून दाखवलं आहे .तू लंडन वरून परत आलीस की आपण बोलू या बद्दल ."अस बोलून आईनं फोन ठेवून दिला .पुढील तीन वर्षे कधी सरतील याची सिद्धी वाट पाहू लागली .

त्या दिवशी रविवारी होता . सिद्धी आराम करत होती . तोच तिच्या घराची बेल वाजली . सिद्धी सोबत आणखी दोन मुली राहत होत्या .रात्री उशिरा पर्यंत त्या फोन वरती गेम खेळत बसल्या होत्या .त्यामुळे दरवाजा उघडायला कोणीही उठत नव्हतं . ह्या दोघी तर उठणारच नाहीत हे सजमल्यावर सिद्धीचं उठली आणि तिने दरवाजा उघडला . समोर अर्जुन उभा होता .सिद्धीचा तिच्या डोळ्यांवर विश्वासच बसत नव्हता . अर्जुन ला इतक्या वर्षांनी पाहून सिद्धीला रडू कोसळल.

अर्जुनने सिद्धीला कडकडुन मिठी मारली . बऱ्याच वर्षानी तो सिद्धीच्या कुशीत विसावला होता .सिद्धीला तर आत्ताही हे स्वप्नच वाटत होत .

"अर्जुन तू खरंच माझ्याजवळ आला आहेस ?हे स्वप्न तर नाही ना ?".अर्जुन च्या मिठीतुन वेगळं सिद्धी अर्जुन ला म्हणाली .

" सिद्धी तुला हे अजूनही स्वप्नं वाटतंय मी खरंच आलो आहे तुझ्या जवळ .हवं तर मला चिमटा काढून बघ ".अस म्हणत अर्जुन हसू लागला . सिद्धी पुन्हा अर्जुन च्या कुशीत शिरली .

थोड्यावेळाने सिद्धीने तिच्या मैत्रिणीची अर्जुन शी ओळख करून दिली . जेनी आणि एमली अस तिच्या दोन मैत्रिणीची नाव होती . सिद्धी जेनी आणि एमली तिघीही एकाच हॉस्पिटलमध्ये काम करत होत्या . अर्जुन आणि सिद्धीला वेळ मिळावा म्हणून दोघेही बाहेर निघून गेल्या .

"अर्जुन तू असा कसा काय आलास मला भेटायला ?."

"कसा आलो म्हणजे ?तुझ्यामुळेच तुला आठतय तुला म्हणालो होतो ये मुंबई ला परत .पण तू काय म्हणालीस पाच वर्षे पूर्ण झाल्याशिवाय तू काही परत येणार नाही .म्हणुन मग मीच आलो तुला भेटायला .आणि आजच परत जाणार आहे ."अस म्हणत अर्जुन चा आवाज कमी झाला .

"अच्छा मग कुठे जायचं फिरायला ?मी फिरवते तुला लंडन ".अस म्हणत सिद्धी उठली .तोच अर्जुन ने तिचा हात पकडला आणि म्हणाला ,

"सिद्धी मी लंडन पाहायला नाही आलो तुला भेटायला आलो आहे.आपण कुठेही जायचं नाही तू फक्त माझ्याजवळ बस आणि माझ्याशी बोल ."

अर्जुन जे काही म्हणाला ते ऐकून सिद्धीला खूप छान वाटलं . अजूनही अर्जुन च तिच्यावर तितकंच प्रेम आहे

हे पाहून सिद्धीला बरं वाटलं . त्या दिवशी अर्जुन आणि सिद्धीने एकत्र खूप छान वेळ घालवला .कितीतरी दिवसांनी दोघे सोबत बसले होते .दोघांनी एकत्र जेवण केलं . खूप दिवसांनी सिद्धीच्या मनाला शांती

मिळाली होती . पण संध्याकाळी जेव्हा सिद्धी अर्जुन ला सोडण्यासाठी एअर पोर्ट गेली तेव्हा तिला अर्जुन चा हात सोडवत नव्हता .अर्जुन ने तिला सोडून जाऊच नये असं तिला वाटत होतं . पण अर्जुन ला परत जाण हे भागच होत . अर्जुन आल्याने लंडन मध्ये राहण्यासाठी सिद्धीला ऊर्जा मिळाली होती .ती आणखी काळ लंडन मध्ये राहण्यासाठी तयार झाली .

35

श्रावण महिन्यातील ते दिवस होते . रंग बेरंगी फुलांनी , सुंदर वस्त्रांनी लग्नमंडप सजवण्यात आला होता .खुर्च्यांवर पाहुणे मंडळी बसले होते .स्टेजवरती सिद्धी वधूच्या वेश्यात हातात वरमाला घेऊन उभी होती .तिच्या बाजूला कादंबरी , अक्षता ,अनघा , संजना ,प्रणाली या सगळ्या करवल्या उभ्या होत्या . सिद्धीचा वर म्हणून अंतरपटाच्या मागे अर्जुन उभा होता . त्याच्या एका बाजूला रोनीत उभा होता तर दुसऱ्या बाजूला विरेंद्र .विरेंद्र च्या बाजूला अभिनव होता त्याचा हातात त्याची अडीच वर्षाची परी होती . सोबतच अभिनव च्या बाजूला केशव आणि दिव्यम उभे होते . सिद्धीला हे सगळं काही स्वप्नासारखं वाटत होतं . पण हे स्वप्न नाही सत्य आहे हे तिला समोर बसलेल्या तिच्या आजोबांकडे पाहिल्यावर समजलं .आजोबांकडे पाहताच सिद्धीच्या चेहऱ्यावर एक सुंदर हसू आलं . आजचा हा दिवस आजोबांमुळेच तिला अनुभवायला मिळत होता . आजोबांकडे पाहून तिला दोन महिन्यांपूर्वीचा तो दिवस आठवला .जेव्हा लंडनमध्ये पाच वर्षे राहिल्यानंतर सिद्धी भारतात परत आली होती .

त्या दिवशी अर्जुन सिद्धीचा हात मागण्यासाठी तिच्या घरी आला होता .

" अरे अर्जुन तू ये आत ये .अग कोण आलंय बघ कलेक्टर साहेब आलेत आपल्या घरी ."बाबांच्या बोलावण्यावरून अर्जुन घरात आला . तेवढ्यात सिद्धी आणि तिची आई ही फॉल मध्ये आली . आई आणि सिद्धीचा चेहरा गंभीर दिसत होता .

"अग अर्जुन आलाय खुश होयचं सोडून तुमचे चेहरे असे काळजीत असल्यासारखे का दिसत आहेत ?."

"कारण काका मी इथे कशासाठी आलोय ते या दोघींना ही माहीत आहे ." अर्जुन हिंमत गोळा करून बोलू लागला .

"म्हणजे?"

"काका मी इथे आज तुम्हाला सिद्धीचा हात मागायला आलो आहे ."

"अरे अर्जुन तू काय बोलतोयस तुझं तुला तरी समजतंय का ?मला वाटलं तू सिद्धीला फक्त भेटायला आला आहेस .पण तू तर भलतंच बोलत आहेस .आणि महत्त्वाच म्हणजे लग्नासारख्या गोष्टींचं बोलणं असं करायचं नसत .आणि तुम्ही दोघे तर एकमेकांचे चांगले मित्र आहात ."

"काका मी आणि सिद्धी फक्त चांगले मित्रच नाही तर बऱ्याच वर्षांपासून आमच्या दोघांचं एकमेकांवर प्रेम आहे ."

"प्रेम आहे म्हणजे सिद्धी हा काय बोलतोय .तू सांग अर्जुन तुझा फक्त मित्र आहेच ना ?."बाबांच्या प्रश्नाचं उत्तर सिद्धीच्या आसवांनी दिल .

"काका आज मी तुम्हाला सगळं काही सांगतो" अस म्हणत अर्जुन ने त्याच्या आणि सिद्धीच्या नात्याबद्दल सगळं काही सांगितलं.आपल एखाद्यावर प्रेम आहे असं घरच्यांना सांगणं म्हणजे आयुष्यातील सर्वात कठीण परीक्षा .

सगळं काही ऐकल्यानंतर ही बाबा रामदेव शांत बसले होते .त्या वेळी बाबांच्या शांत राहण्याने सिद्धीला घाबरून सोडलं होत.

"बाबा तुम्ही काहीच का बोलत नाहीत ?."कस बस हिंमत करून सिद्धी बाबांना म्हणाली .

तोच बेलचा आवाज आला .सिद्धीच्या आईने दरवाजा उघडला .समोर सिद्धीचे आजोबा उभे होते .आजोबांना पाहताच सिद्धीच्या डोळ्यातून अश्रू ढळू लागले . आज बऱ्याच वर्षांनी ती तिच्या आजोबांना पाहत होती .

"सिद्धी कशी आहेस ग बाळा ?तू काय आजोबाला भेटायला येत नाही म्हणून मग मीच आलो माझ्या नातीला भेटायला "घरात पाऊल टाकत आजोबा म्हणाले .

सिद्धी आजोबांच्या कुशीत शिरली .

"सिद्धी काय झालं ग ?रडतेस कश्यासाठी ?".सिद्धीचा रडका चेहरा पाहून आजोबांनी सिद्धीला रडण्याच कारण विचारलं .

"विश्वासराव अहो काय झालं आहे ?".सिद्धीच्या आईबाबांच्या लग्नाला बरीच वर्षे झाली होती .तरी सिद्धीचे आजोबा त्यांना जावयाचा मान देऊन बोलायचे .

"बाबा तुम्ही आला आहात तर तुम्हीच काय तो या प्रकाराचा निर्णय घ्या .मला सिद्धीकडून हे अपेक्षित नव्हतं ."

"अहो पण सिद्धीन अस केलंय तरी काय ?सिद्धी तू मला सगळं काही सविस्तर सांग ".आजोबा सोफ्यावर बसले .सोबतच सिद्धीलाही शेजारी बसवून घेतलं .सिद्धीन आजोबांना सगळं काही सांगितलं .

सगळं काही ऐकून घेतल्यानंतर आजोबांनी सिद्धीला प्रश्न विचारला .

"सिद्धी तुझा काय निर्णय आहे ?तू काय करायचं ठरवलं आहे?"

"आजोबा अर्जुनवरच्या प्रेमासाठी मी पाच वर्षे त्याची वाट पाहिली आहे . आईबाबा माझे जन्मदाते आहेत , तुम्ही माझे आजोबा आहात .तुमच्या प्रेमासाठी तुम्ही जो निर्णय घ्याल तो मला मान्य असेल ."

"तू हे खरं बोलतेयस?".

"हो आजोबा सिद्धी सगळं काही खर बोलतेय .तुमचा निर्णय मी पण मान्य करेन .आम्हाला एकत्र राहायचं आहे पण तुमचा आशीर्वाद हवा आहे .तस जर नसतं तर आम्हीं पाच वर्षे थांबलोच नसतो ".आजोबांकडे बघत अर्जुन ने उत्तर दिलं .

"सिद्धी हा कलेक्टर भारी बोलतो ग .अग तू तुझ्या मैत्रिणींच्या लग्नासाठी आली होतीस तेव्हा तुझ्या आईला हा सगळा प्रकार समजला होता .तेव्हा तीन तुझ्या बापाला नाही सांगितलं पण तिनं तिच्या बापाला सांगितल.तेव्हा तर हा कलेक्टर पण नव्हता .पण त्याच्या जिद्दीने मला त्याच्या बाबतीत विचार करायला भाग पाडलं .आज मी विश्वासरावांकडे

या बद्दलच बोलायला आलो होतो .पण मी काही सांगायच्या आधीच तूच सगळं काही सांगून टाकल.विश्वासराव सिद्धीन काही चुकीचं केलेल नाही . उद्या आपण जाऊया याच्या घरी बघू काय बोलतात तिकडची मंडळी .त्यानांही हे पटलं तर उडवून देऊ यांच्या लग्नाचा बार".

आजोबांच्या बोलण्याने सगळे जण अवाक झाले . आजोबांनी सिद्धीचे डोळे पुसले व तिला कुशीत घेऊन शांत करू लागले.दुसऱ्या दिवशी सिद्धीचे आई बाबा आणि आजोबा अर्जुनच्या घरी बोलणी करण्यासाठी गेले .खूप वेळच्या संवादानंतर अर्जुनच्या घरूनही सिद्धी आणि त्याच्या नात्यासाठी संमती मिळाली .

अनघाने सिद्धीला भानावर आणलं .सिद्धीच्या डोळ्यांत आनंदअश्रूंनी दस्तक दिली . पंडितांनी मंगळअष्टका म्हंटतलानंतर वधू वरांनी एकमेकांना हार घातले व स्वप्नपूर्ती होत सिद्धी आणि अर्जुन कायमचे एकमेकांचे झाले .

www.ingramcontent.com/pod-product-compliance
Ingram Content Group UK Ltd.
Pitfield, Milton Keynes, MK11 3LW, UK
UKHW040007200726
13854UKWH00001B/88

9 798887 724034